इलेक्ट्रिशियन द्‌वितीय वर्ष मराठी MCQ

मनोज डोळे

डिजिटायझेशन ही काळाची गरज आहे. भविष्यात, प्रशिक्षण अधिक सोयीस्कर आणि सोपे करण्यासाठी औद्योगिक प्रशिक्षण संस्थांमध्ये ऑनलाइन इंटरनेट वापरून प्रशिक्षण घेणे आवश्यक आहे. MCQ प्रश्नांचा संच असलेली ई-पुस्तके प्रशिक्षणार्थींना उपलब्ध करून दिली जातील कारण त्यांना त्यांच्या औद्योगिक प्रशिक्षण संस्थांमध्ये होणाऱ्या ऑनलाइन परीक्षांच्या तयारीसाठी MCQ प्रश्नांची अधिक सवय होणे आवश्यक आहे.

या सर्व बाबी लक्षात घेऊन श्री.मनोज मधुकर डोळे प्रशिक्षक, औद्योगिक प्रशिक्षण संस्था, सातारा यांनी नवीन वार्षिक प्रणाली आणि NSQF-5 अभ्यासक्रमानुसार पुस्तके लिहिली आहेत. आणि त्यांनी प्रशिक्षण सुलभ करण्यासाठी सैद्धांतिक मोबाइल ॲप्स आणि ब्लॉग तयार केले आहेत आणि हे सर्व शैक्षणिक साहित्य जगप्रसिद्ध Google Play Store, Amazon आणि Apple Book Store वर डाउनलोड करण्यासाठी उपलब्ध केले आहे.

पुस्तकांचे प्रकाशन माननीय सहसंचालक श्री राजेंद्र घुमे साहेब प्रादेशिक व्यावसायिक शिक्षण व प्रशिक्षण कार्यालय, पुणे यांच्या हस्ते दिनांक 9/1/2019 रोजी करण्यात आले, यावेळी श्री प्रकाश सायगावकर साहेब प्राचार्य शासकीय औद्योगिक प्रशिक्षण संस्था औंध पुणे, श्री तुकाराम मिसाळ साहेब प्राचार्य डॉ. सरकार प्र.संस्था सातारा, श्री सचिन धुमाळ साहेब जिल्हा व्यवसाय शिक्षण व प्रशिक्षण अधिकारी सातारा, श्री यतीन पारगावकर साहेब मुख्याध्यापक गो. प्र.संस्था कोल्हापूर, श्री विकास टेके साहेब निरीक्षक व्यावसायिक शिक्षण व प्रशिक्षण क्षेत्रीय कार्यालय पुणे, पालेकर फूड्स प्रॉडक्ट्स प्रा. लि.चे सातारा येथील उद्योजक अध्यक्ष श्री.नीळकंठराव पालेकर साहेब, हिरा फूड्स चे चेअरमन श्री.इब्राहिम बाबा तांबोळी साहेब, सौ.शाल्मली पवार मुख्याध्यापिका शासकीय तंत्रनिकेतन केंद्र सातारा व इतर मान्यवर यावेळी उपस्थित होते.

अनुक्रमणिका

प्रस्तावना

इलेक्ट्रीशियन द्वितीयमराठी वर्ष MCQ हे ITI अभियांत्रिकी अभ्यासक्रम इलेक्ट्रीशियन द्वितीय वर्ष,मधील NSQF अभ्यासक्रमासाठी एक साधे पुस्तक आहे , त्यात अधोरेखित आणि ठळक अचूक उत्तरांसह वस्तुनिष्ठ प्रश्न समाविष्ट आहेत MCQ सर्व विषयांसह सर्व विषयांचा समावेश आहे इलेक्ट्रिकल रोटेटिंग मशीन उदा. डीसी मशीन, इंडक्शन मोटर्स, अल्टरनेटर आणि एमजी सेट आणि त्यावर सराव करा. प्रशिक्षणार्थी यंत्रांच्या रोटेशनची वैशिष्ट्ये, त्यांचे कार्यप्रदर्शन विश्लेषण, प्रारंभ, वेग नियंत्रण आणि उलट दिशा ठरवण्यासाठी सराव करेल. तो पॅरलल ऑपरेशन आणि अल्टरनेटरचे सिंक्रोनायझेशन, वाइंडिंग सराव आणि डीसी मशीन आणि इंडक्शन मोटर्ससाठी ओव्हर होलिंगचा सराव करेल. ब्रिज रेक्टिफायरसाठी डायोड, इलेक्ट्रॉनिक घटकांद्वारे उपकरणे आणि ॲम्प्लीफायर स्विच करणे, वेगवेगळ्या वेव्ह शेप जनरेशन आणि सीआरओद्वारे चाचणी. कंट्रोल कॅबिनेट डिझाईन करणे, कंट्रोल एलिमेंट्स एकत्र करणे आणि त्यांच्या वायरिंगचा सराव करावयाचा आहे. इलेक्ट्रॉनिक कंट्रोलरद्वारे एसी/डीसी मोटर्सच्या वेग नियंत्रणाचा सराव केला जाईल. प्रशिक्षणार्थी व्होल्टेज स्टॅबिलायझर, आपत्कालीन प्रकाश, बॅटरी चार्जर, यूपीएस आणि इन्व्हर्टरची चाचणी, विश्लेषण आणि दुरुस्तीचा सराव करेल. त्याला थर्मल, जलविद्युत, सौर आणि पवन ऊर्जा प्रणालींचे ज्ञान मिळेल. वितरण प्रणाली, घरगुती सेवा लाइन आणि उपकरणे आणि रिले आणि सर्किट ब्रेकरवर सराव करून त्यांचे संरक्षण आणि बरेच काही.

आम्ही प्रत्येक नवीन आवृत्तीसह नवीन प्रश्नांची उत्तरे जोडतो. कृपया काही त्रुटी/वगळल्यास आम्हाला ईमेल करा. सर्व अभियांत्रिकी बहुपर्यायी प्रश्न आणि उत्तरांसाठी हे निर्विवादपणे सर्वात मोठे आणि सर्वोत्तम पुस्तक आहे.

विद्यार्थी म्हणून तुम्ही ते तुमच्या परीक्षेच्या तयारीसाठी वापरू शकता. हे ई-पुस्तक प्राध्यापकांना साहित्य रीफ्रेश करण्यासाठी देखील उपयुक्त आहे.

ऋणनिर्देश, पावती

21 व्या शतकातील औद्योगिक क्षेत्रातील वेगाने वाढणाऱ्या मागणीच्या अनुषंगाने बहु-कुशल कारागीरांचा पुरवठा करण्यासाठी व्यवसाय शिक्षण आणि व्यवसाय प्रॅक्टिकल विभागामार्फत व्यावसायिक शिक्षण आणि प्रशिक्षण विभागामार्फत व्यावसायिक शिक्षण आणि प्रशिक्षण दिले जाते. संस्थांमधील सर्व व्यवसाय महत्त्वाचे आहेत, कारण या व्यवसायांतील प्रशिक्षणार्थी उद्योगाच्या मागणीनुसार बहु-कौशल्ये विकसित करतात.

औद्योगिक क्षेत्रातील सर्व उद्योगांमधील सर्व परीक्षा ऑनलाइन घेतल्या जातात आणि त्यामध्ये MCQ पद्धतीच्या प्रश्नांचा समावेश होतो हे लक्षात घेऊन सर्व व्यवसायांसाठी योग्य MCQ ई-पुस्तके उपलब्ध करून देण्याच्या उदात्त हेतूने. श्री.मनोज मधुकर डोळे यांनी नवीन वार्षिक अभ्यासक्रमानुसार MCQ पद्धतीवर खूप चांगले ई-बुक लिहिले आहे. हे ई-बुक सर्व प्रशिक्षणार्थी, प्रशिक्षणार्थी उमेदवार, प्रशिक्षण प्रशिक्षक आणि संबंधित इतरांसाठी निश्चितच मार्गदर्शक ठरेल.

पुस्तकाचे लेखक श्री.मनोज मधुकर डोळे आहेत, इन्स्ट्रक्टर गव्हर्नमेंट ITI सातारा यांना 17 वर्षांचा प्रशिक्षणाचा अनुभव आहे. नवीन वार्षिक पॅटर्न म्हणून लिहिलेल्या, या ई-बुकमध्ये प्रत्येक विषयासाठी मांडणी, सोपी भाषा आणि सोपी वाक्यरचना, आकृती आणि व्हिडिओ समजून घेण्यासाठी आधुनिक डिजिटल QR कोड तंत्रज्ञान समाविष्ट केले आहे. त्यामुळे सखोल अभ्यास आणि परीक्षेच्या सरावासाठी हे ई-बुक नक्कीच उपयोगी पडेल याची मला खात्री आहे. त्यांनी केलेले काम नक्कीच कौतुकास्पद आहे.

श्री तुकाराम मिसाळ
प्राचार्य शासकीय औद्योगिक प्रशिक्षण संस्था सातारा.

नांदी, प्रस्तावना

DGET नवी दिल्ली आणि CSTARI कोलकाता ऑगस्ट 2018 च्या सत्रापासून ITI मधील सर्व व्यवसायांसाठी वार्षिक पॅटर्न लागू करत आहेत. परीक्षा पद्धतीतही बदल करण्यात येणार असून या वर्षीपासून ती ऑनलाइन होणार असून सर्व प्रश्न वस्तुनिष्ठ स्वरूपाचे (MCQ) असल्याने प्रशिक्षणार्थींना सखोल अभ्यासाची नितांत गरज आहे. हे लक्षात घेऊन जुन्या NIMI पॅटर्नवर आधारित पुस्तके आणि नवीन वार्षिक पॅटर्नचे संपूर्ण विहंगावलोकन सादर करताना आम्हाला आनंद होत आहे आणि आम्हाला आशा आहे की ही पुस्तके सर्व व्यवसाय संचालक आणि प्रशिक्षणार्थींसाठी मार्गदर्शक ठरतील. आहे.

ही पुस्तके लिहिल्याबद्दल जोहर आवटे साहेब, ITI अकलूजचे प्राचार्य. ITI सातारा चे माजी प्राचार्य सायगावकर साहेब, सहाय्यक संचालक श्री चंद्रकांत ढेकणे साहेब व्यवसाय शिक्षण व प्रशिक्षण प्रादेशिक कार्यालय, पुणे, जिल्हा व्यवसाय शिक्षण व प्रशिक्षण अधिकारी सचिन धुमाळ साहेब व मुख्याध्यापिका शासकीय तंत्रनिकेतन केंद्र शाल्मली पवार मॅडम व मुलगा अधिराज डोळे, आई कुसुम डोळे. , माझे वडील मधुकर डोळे आणि पत्नी अश्विनी डोळे यांनी वेळोवेळी केलेल्या विशेष मार्गदर्शन व सहकार्याबद्दल मी त्यांचा मनःपूर्वक आभारी आहे.

तसेच अतिशय कमी कालावधीत पुस्तक प्रकाशित करण्यात अमूल्य वेळ दिल्याबद्दल श्री राजेंद्र घुमे साहेब, सहसंचालक, व्यवसाय शिक्षण व प्रशिक्षण प्रादेशिक कार्यालय, पुणे यांनी पुस्तकाचे पुनरावलोकन केले. त्यांच्या अभिप्रायाबद्दल मी मनापासून आभारी आहे.

पुस्तक लिहिण्याच्या सुरुवातीपासूनच सतत पाठबळ दिल्याबद्दल ITI सातारा च्या प्रशिक्षकांचा मी आभारी आहे.

या पुस्तकातून, ई-लर्निंगबद्दलचे माझे विचार तुमच्याशी शेअर करण्यात मी स्वतःला धन्य समजतो. हे पुस्तक परिपूर्ण आहे असा दावा मी करणार नाही, कारण परिपूर्णतेचा विचार करता हे पुस्तक एक प्रयत्न आहे आणि बाल्यावस्थेत आहे. त्यांची चाचणी आणि सूचना दिल्यास ते सुधारण्यासाठी मोलाचे ठरतील.

मनोज डोळे

दिनांक 9/1/2019

1

इलेक्ट्रिशियन द्वितीय वर्ष QR Code Images

Download App
Online Test Exam
ITI Books
AutoCAD CAM
JOB & Apprentice
Online Theory
Computer Course
Trading Course
CNC Course
MSCIT Course
Shopping Business
Internet Business
Web Designing
Online Services
Top Sportsmans
Indian Army
Freedom Fighters
Top Scientists
Social Reformers
Motivational Speaker
Top Richest People
Join WhatsApp Group
Join Facebook Group
Like Facebook Page
PAN / Adhar / Licence Passport

ITI Book MCQ - Manoj Dole
www.itibook.com
battery
capacitor
cell
dynamometer
electromagnet
heater
inductance
magnet
www.itigov.blogspot.com www.jobapprentices.blogspot.com www.ititests.blogspot.com
www.itibook.com

15 ITI Book MCQ - Manoj Dole
www.itibook.com
megger
motor
multimeter
ohmmeter
resistores
star connected
alternator
voltmeter
ammeter
wattmeter
www.itigov.blogspot.com www.jobapprentices.blogspot.com www.ititests.blogspot.com
www.itibook.com

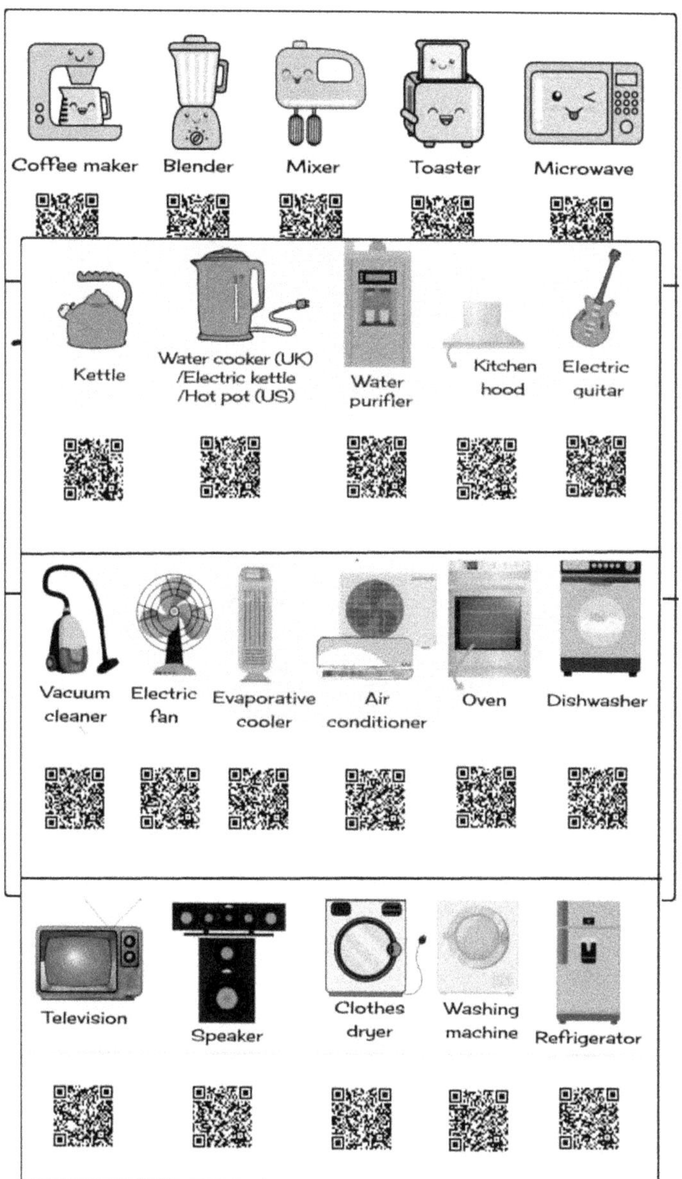

Coffee maker
Blender
Mixer
Toaster
Microwave
Kettle
Water cooker (UK)
/Electric kettle
/Hot pot (US)
Water
purifier
Kitchen
hood
Electric
guitar
Vacuum
cleaner
Electric
fan
Evaporative
cooler
Air
conditioner
Oven
Dishwasher
Television
Speaker
Clothes
dryer
Washing
machine
Refrigerator

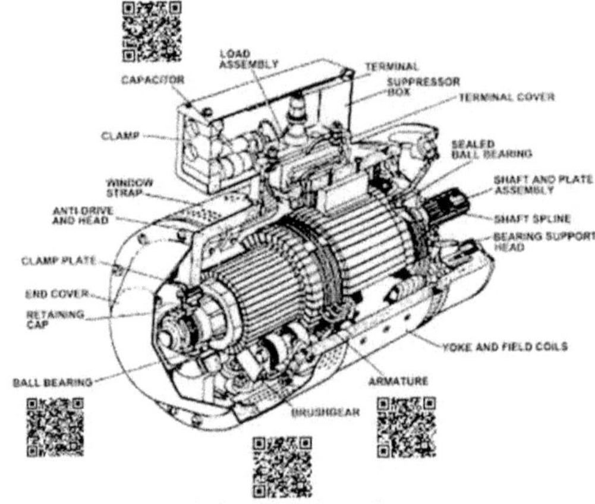

Electrical Generator

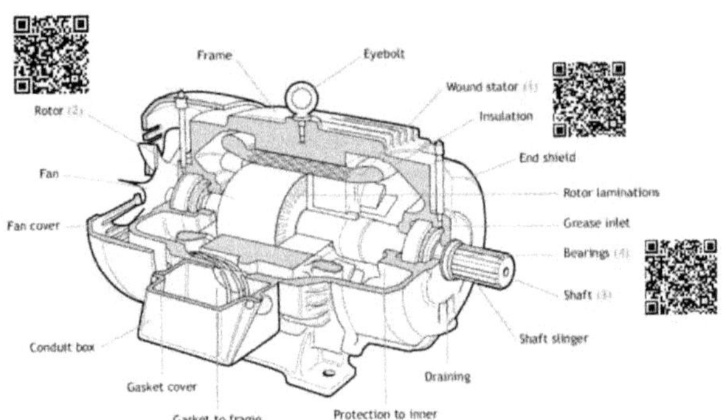

Electrical Induction Motor

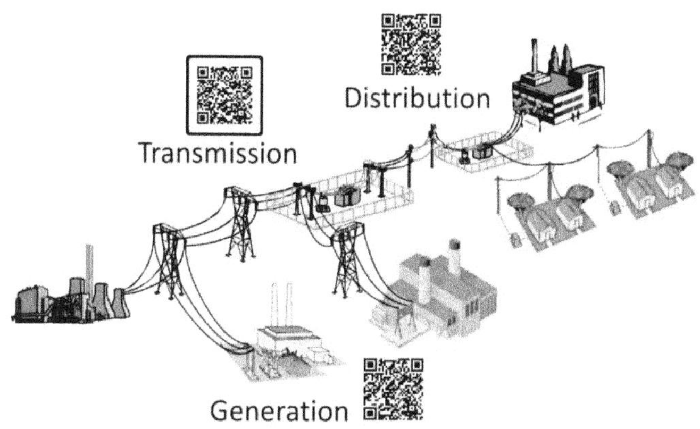

Electrical Power Distribution

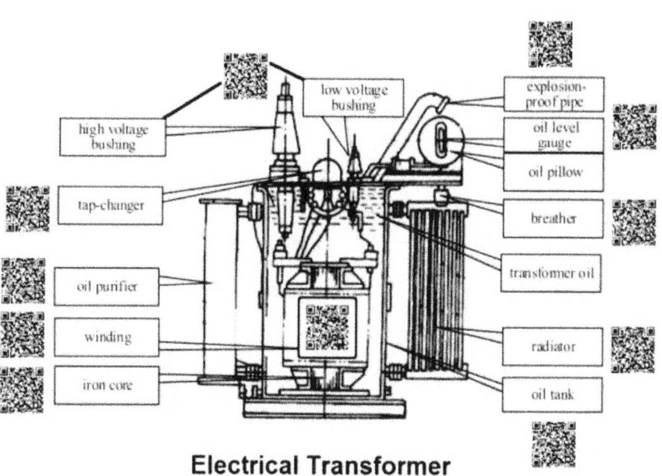

Electrical Transformer

2

इलेक्ट्रिशियन द्वितीय वर्ष मराठी MCQ

कोरचे लॅमिनेशन सामान्यतः बनलेले असतात

(a) केस लोह

(b) कार्बन

(c) सिलिकॉनस्टील

(d) स्टेनलेस स्टील

2. खालीलपैकी कोणता लॅमिना असू शकतो-डीसी मशीनच्या लॅमिनेशनची जाडी जवळपास?

(a) 0.005 मिमी

(b) 0.05 मिमी

(c) ०.५मी

(d) 5 मी

3. डीसी जनरेटरचे आर्मेचर लॅमिनेटेड आहे

(a) मोठ्या प्रमाणात कमी करा

(b) मोठ्या प्रमाणात प्रदान करा

(c) कोर इन्सुलेट करा

(d) एडीवर्तमाननुकसानकमीकरा

4. आर्मेचर विंडिंगचा प्रतिकार अवलंबून असतो

(a) कंडक्टरची लांबी

(b) कंडक्टरचे क्रॉस-सेक्शनल क्षेत्र

(c) कंडक्टरची संख्या

(d) वरीलसर्व

5. डीसी जनरेटरचे फील्ड कॉइल सामान्यतः बनलेले असतात

(a) अभ्रक

(b) <u>तांबे</u>

(c) कास्ट लोह

(d) कार्बन

6. कम्युटेटर सेगमेंट आर्मेचर कंडक्टरशी जोडलेले आहेत

(a) <u>तांब्याचेलस</u>

(b) प्रतिरोधक तारा

(c) इन्सुलेशन पॅड

(d) ब्रेझिंग

7. कम्युटेटरमध्ये

(a) तांबे अभ्रकापेक्षा कठीण आहे

(b) अभ्रक आणि तांबे हे तितकेच कठीण असतात

(c) <u>अभ्रकतांब्यापेक्षाकठीणआहे</u>

(d) वरीलपैकी काहीही नाही

8. DC जनरेटरमध्ये पोल शूज पोल कोअरला जोडले जातात

(a) rivets

(b) <u>काउंटरबुडलेलेस्क्रू</u>

(c) ब्रेझिंग

(d) वेल्डिंग

9. प्रेरित ईएमएफची दिशा शोधण्यासाठी फ्लेमिंगच्या उजव्या हाताच्या नियमानुसार, जेव्हा मधले बोट प्रेरित ईएमएफच्या दिशेने निर्देशित करते तेव्हा तर्जनी त्याच्या दिशेने निर्देशित करेल

(a) कंडक्टरची हालचाल

(b) <u>शक्तीच्यारेषा</u>

(c) वरीलपैकी एक

(d) वरीलपैकी काहीही नाही

10. प्रेरित ईएमएफच्या दिशेबाबत फ्लेमिंगचा उजव्या हाताचा नियम, परस्परसंबंधित आहे

(a) चुंबकीय प्रवाह, विद्युत प्रवाहाची दिशा आणि परिणामी बल

(b) <u>चुंबकीयप्रवाह, गतीचीदिशाआणिप्रेरित emf चीदिशा</u>

(c) चुंबकीय क्षेत्र शक्ती, प्रेरित व्होल्टेज आणि विद्युत प्रवाह

(d) चुंबकीय प्रवाह, बलाची दिशा आणि कंडक्टरच्या गतीची दिशा

11. फ्लेमिंगचा उजव्या हाताचा नियम आणि प्रेरित ईएमएफच्या दिशेला लागू करताना, अंगठा त्या दिशेने निर्देशित करतो

(a) प्रेरित emf ची दिशा

(b) प्रवाहाची दिशा

(c) तर्जनी व्युत्पन्न ईएमएफच्या दिशेने निर्देश करत असल्यास कंडक्टरच्या हालचालीची दिशा

(d) कंडक्टरच्याहालचालीचीदिशा, जरतर्जनीफ्लक्सच्यारेषांवरबिंदूकरते

12. रोटर शाफ्टला आधार देण्यासाठी वापरल्या जाणाऱ्या बियरिंग्ज सामान्यतः असतात

(a) बॉलबेअरिंग

(b) बुश बेअरिंग्ज

(c) चुंबकीय किरण

(d) सुई बेअरिंग्ज

13. डीसी जनरेटरमध्ये, ब्रशच्या वेगवान पोशाखांचे कारण असू शकते

(a) तीव्र स्पार्किंग

(b) उग्र कम्युटेटर पृष्ठभाग

(c) अपूर्ण संपर्क

(d) वरीलपैकीकोणतेही

14. लॅप वाइंडिंगमध्ये, ब्रशेसची संख्या नेहमीच असते

(a) ध्रुवांची संख्या दुप्पट

(b) ध्रुवांच्यासंख्येइतकेच

(c) ध्रुवांची निम्मी संख्या

(d) दोन

15. DC जनरेटरसाठी जेव्हा खांबांची संख्या आणि आर्मेचर कंडक्टरची संख्या निश्चित केली जाते, तेव्हा कोणते वाइंडिंग जास्त emf देईल?

(a) लॅप वाइंडिंग

(b) लहरीवळण

(c) वरील (a) आणि (b) पैकी एक

(d) डिझाइनच्या इतर वैशिष्ट्यांवर अवलंबून असते

16. चार-ध्रुव डीसी मशीनमध्ये

(a) चारही ध्रुव हे उत्तर ध्रुव आहेत

(b) पर्यायीध्रुवउत्तरआणिदक्षिणआहेत

(c) चारही ध्रुव दक्षिण ध्रुव आहेत

(d) दोन उत्तर ध्रुव दोन दक्षिण ध्रुवांमागे

17. डीसी मशीनमधील कॉपर ब्रशेस वापरतात

(a) जेथेकमीव्होल्टेजआणिउच्चप्रवाहगुंतलेलेआहेत

(b) जेथे उच्च व्होल्टेज आणि लहान करंट-भाडे समाविष्ट आहेत
(c) वरील दोन्ही प्रकरणांमध्ये
(d) वरीलपैकी कोणत्याही बाबतीत नाही
18. स्व-उत्साहित जनरेटरच्या तुलनेत स्वतंत्रपणे उत्तेजित जनरेटर
(a) चांगल्या व्होल्टेज नियंत्रणासाठी सक्षम आहे
(b) अधिक स्थिर आहे
(c) भार प्रवाहापेक्षा स्वतंत्र रोमांचक प्रवाह आहे
(d) <u>मध्येवरीलसर्ववैशिष्ट्येआहेत</u>
19. डीसी मशीनच्या बाबतीत, यांत्रिक नुकसान हे प्राथमिक कार्य आहे
(a) वर्तमान
(b) व्होल्टेज
(c) <u>वेग</u>
(d) वरीलपैकी काहीही नाही
20. डीसी मशिनमधील लोखंडाचे नुकसान यातील फरकांपासून स्वतंत्र असते
(a) वेग
(b) <u>भार</u>
(c) व्होल्टेज
(d) गती आणि व्होल्टेज
21. डीसी जनरेटरमध्ये, आर्मेचरमधून बाह्य सर्किटला विद्युत प्रवाह दिला जातो
(a) <u>कम्युटेटर</u>
(b) ठोस कनेक्शन
(c) स्लिप रिंग
(d) वरीलपैकी काहीही नाही
23. डीसी मशीनचे ब्रश बनलेले असतात
(a) <u>कार्बन</u>
(b) मऊ तांबे
(c) कडक तांबे
(d) वरील सर्व
24. जर B ही फ्लक्स घनता असेल तर I कंडक्टरची लांबी आणि v चा वेग
कंडक्टर, नंतर प्रेरित emf द्वारे दिले जाते
(a) <u>Blv</u>
(b)Blv2
(c)Bl2v
(d)Bl2v2

25. सोळा कॉइलसह दोन लेयर लॅप वाइंडिंगसह 4-पोल डीसी जनरेटरच्या बाबतीत, पोल पिच असेल

(a) ४

(b) ८

(c) १६

(d) ३२

26. कम्युटेटर ब्रशेसची सामग्री साधारणपणे असते

(a) अभ्रक

(b) तांबे

(c) कास्ट लोह

(d) कार्बन

27. कम्युटेटर सेगमेंट्समध्ये वापरलेली इन्सुलेटिंग सामग्री साधारणपणे असते

(a) ग्रेफाइट

(b) कागद

(c) अभ्रक

(d) इन्सुलेट वार्निश

28. डीसी जनरेटरमध्ये, कम्युटेटरवरील ब्रश कंडक्टरच्या संपर्कात राहतात जे

(a) दक्षिण ध्रुवाखाली झोपा

(b) उत्तर ध्रुवाखाली झोपा

(c) आंतरध्रुवीयप्रदेशाखालीआहे

(d) ध्रुवांपासून सर्वात लांब आहेत

29. हे ब्रश आत आणण्यासाठी डीसी जनरेटरचे ब्रश हलवले असल्यास
चुंबकीय तटस्थ अक्ष, तेथे असेल

(अ) केवळ विचुंबकीकरण

(b) क्रॉस चुंबकीकरण तसेच चुंबकीकरण

(c) क्रॉसमॅग्नेटायझेशनतसेचडिमॅग्नेटाइजिंग

(d) केवळ क्रॉस चुंबकीकरण

30. असंतृप्त डीसी मशीनची आर्मेचर प्रतिक्रिया आहे

(a) क्रॉसमॅग्नेटायझिंग

(b) चुंबकीयकरण

(c) चुंबकीकरण

(d) वरीलपैकी काहीही नाही

31. डीसी जनरेटर बसबारशी जोडलेले असतात किंवा फक्त फ्लोटिंग स्थितीत त्यांच्यापासून डिस्कनेक्ट केलेले असतात

(a) प्राइममूव्हरचे अचानक लोडिंग टाळण्यासाठी
(b) शाफ्टला यांत्रिक धक्का टाळण्यासाठी
(c) स्विच संपर्क बर्न टाळण्यासाठी
(d) वरीलसर्व

32. डीसी मशीनच्या पोल शूजमध्ये एडी करंट्स मुळे प्रेरित होतात
(a) दोलन चुंबकीय क्षेत्र
(b) स्पंदन करणारा चुंबकीय प्रवाह
(c) फील्डआणिआर्मेचरदरम्यानसापेक्षरोटेशन
(d) वरील सर्व

34. आर्मेचर असल्यास इक्विलायझर रिंग्ज आवश्यक आहेत
(a) लहरी जखम
(b) मांडीवरजखमा
(c) डेल्टा जखम
(d) दुहेरी जखम

35. वेल्डिंग जनरेटर असेल
(a) लॅपवाइंडिंग
(b) लहरी वळण
(c) डेल्टा वळण
(d) डुप्लेक्स वेव्ह वळण

36. DC मशीन वळणाच्या बाबतीत, कम्युटेटर सेगमेंट्सची संख्या समान असते
(a) आर्मेचरकॉइलचीसंख्या
(b) आर्मेचर कॉइल बाजूंची संख्या
(c) आर्मेचर कंडक्टरची संख्या
(d) आर्मेचर वळणांची संख्या

37. DC मशीन प्रयोगशाळेसाठी खालील प्रकारचा DC पुरवठा योग्य असेल
(a) रोटरी कनवर्टर
(b) पारा हे सुधारक आहेत
(c) इंडक्शनमोटरडीसीजनरेटरसेट
(d) सिंक्रोनस मोटर डीसी जनरेटर सेट

38. डीसी मशीनच्या बाबतीत पोल शूजचे कार्य आहे
(a) चुंबकीय मार्गाची अनिच्छा कमी करण्यासाठी
(b) एकसमान प्रवाह घनता प्राप्त करण्यासाठी प्रवाह पसरवणे
(c) फील्ड कॉइलला आधार देण्यासाठी
(d) वरीलसर्वकार्येपारपाडणे

उत्तर: डी

39. लॅप वाइंडिंगच्या बाबतीत परिणामी खेळपट्टी आहे

(a) पुढील आणि मागील खेळपट्ट्यांचा गुणाकार

(b) समोरच्या खेळपट्टीची मागील खेळपट्टीद्वारे विभागणी

(c) पुढील आणि मागील खेळपट्ट्यांची बेरीज

(d) <u>पुढीलआणिमागीलखेळपट्ट्यांमधीलफरक</u>

40. डीसी वेल्डिंग जनरेटर आहे

(a) <u>लॅपवाइंडिंग</u>

(b) लाट हलते

(c) डुप्लेक्स वळण

(d) वरीलपैकी कोणतेही

41. DC जनरेटरबद्दल खालीलपैकी कोणते विधान चुकीचे आहे?

(a) DC मशीनमध्ये भरपाई देणारे वाइंडिंग कम्युटेशनमध्ये मदत करते

(b) DC जनरेटरमध्ये इंटरपोल वाइंडिंग आर्मेचर वळणाच्या सहाय्याने मालिकेत जोडलेले असते.

(c) मागील खेळपट्टी आणि पुढची खेळपट्टी दोन्ही विषम आणि पोल पिचच्या अंदाजे समान आहेत

(d) <u>डीसीशंटजनरेटरच्यासमांतरचालविण्यासोबतइक्विलाइझिंगबसबारवापरलेजातात</u>

42. डीसी जनरेटरमधील आर्मेचर प्रतिक्रियाचे डिमॅग्नेटाइजिंग घटक

(a) <u>जनरेटर emf कमीकरते</u>

(b) आर्मेचर गती वाढवते

(c) इंटरपोल फ्लक्स घनता कमी करते

(d) परिणामी त्रास वाढतो

43. डीसी जनरेटरमधील चुंबकीय क्षेत्र द्वारे तयार केले जाते

(a) <u>विद्युतचुंबक</u>

(b) कायम चुंबक

(c) दोन्ही (a) आणि (b)

(d) वरीलपैकी काहीही नाही

44. कम्युटेटरमधील ब्रशेसच्या संख्येवर अवलंबून असते

(a) आर्मेचरचा वेग

(b) वळणाचा प्रकार

(c) व्होल्टेज

(d) <u>जमाकरावयाच्याविद्युतप्रवाहाचीरक्कम</u>

45. डीसी जनरेटरमध्ये भरपाई देणारे विंडिंग वापरले जातात

(a) मुख्यतः स्थानिक शॉर्ट-सर्किट प्रदान करून एडी प्रवाह कमी करण्यासाठी

(b) थंड हवेच्या अभिसरणासाठी मार्ग प्रदान करणे

(c) आर्मेचरप्रतिक्रियेचाक्रॉस-चुंबकीयप्रभावतटस्थकरण्यासाठी

(d) वरीलपैकी काहीही नाही

46. DC, जनरेटरचा खालीलपैकी कोणता घटक महत्त्वाची भूमिका बजावतो डीसी जनरेटरचा थेट प्रवाह प्रदान करणे?

(a) डमी कॉइल

(b) कम्युटेटर

(c) डोळा बोल्ट

(d) इक्विलायझर रिंग्ज

47. डीसी जनरेटरमध्ये व्युत्पन्न होणाऱ्या डायरेक्ट ईएमएफमधील तरंग कमी होतात

(a) ॲनिल्ड कॉपरचा कंडक्टर वापरणे

(b) मोठ्या संख्येने सेगमेंटसह कम्युटेटर वापरणे

(c) उत्तमदर्जाचेकार्बनब्रशवापरणे

(d) इक्विलाइझर रिंग वापरणे

48. डीसी जनरेटरमध्ये, लॅप विंडिंगसाठी वापरले जाते

(a) उच्च व्होल्टेज, उच्च प्रवाह

(b) कमीव्होल्टेज, उच्चप्रवाह

(c) उच्च व्होल्टेज, कमी प्रवाह

(d) कमी व्होल्टेज, कमी प्रवाह

49. दोन जनरेटर A आणि B मध्ये प्रत्येकी 6-ध्रुव आहेत. जनरेटर A मध्ये वेव्ह जखमेची आर्मेचर असते तर जनरेटर B मध्ये लॅप जखम आर्मेचर असते. प्रेरित emf चे गुणोत्तर जनरेटर A आणि B असेल

(अ) २ : ३

(b) ३ : १

(c) ३ : २

(d) १ : ३

50. खालीलपैकी कोणत्या प्रकारच्या ब्रशसाठी व्होल्टेज कमी होणे अपेक्षित आहे?

(a) ग्रेफाइट ब्रशेस

(b) कार्बन ब्रशेस

(c) मेटलग्रेफाइटब्रशेस

(d) वरीलपैकी काहीही नाही

51. शंट घाव DC जनरेटरद्वारे व्युत्पन्न केलेला emf isE. आता ध्रुव प्रवाह स्थिर असताना, जनरेटरचा वेग दुप्पट केल्यास, ईएमएफ तयार होईल

(a) E/2
(b) 2E
(c) E पेक्षा किंचित कमी
(d) ई
53. डीसी जनरेटरचा आर्मेचर कोर सहसा बनलेला असतो
(a) सिलिकॉनस्टील
(b) तांबे
(c) नॉन-फेरस सामग्री
(d) कास्ट-लोह
54. डीसी मशीनचे समाधानकारक बदल आवश्यक आहे
(a) ब्रश योग्य दर्जाचे आणि आकाराचे असावेत
(b) ब्रश होल्डरमध्ये सहजतेने चालले पाहिजेत
(c) गुळगुळीत, एकाग्र कम्युटेटर योग्यरित्या अंडरकट
(d) वरीलसर्व
54अ. डीसी मशीनची ओपन सर्किटेड आर्मेचर कॉइल आहे
(अ) कम्युटेटर सेगमेंटच्या डाग द्वारे ओळखले जाते ज्याला ओपन सर्किट केलेले कॉइल जोडलेले आहे
(b) कम्युटेटरभोवती पूर्णपणे स्पार्कद्वारे सूचित केले जाते
(c) दोन्ही (a) आणि (b)
(d) वरीलपैकी काहीही नाही
56. दोन किंवा अधिक डीसी कंपाऊंड जनरेटरच्या समांतर ऑपरेशनसाठी, आम्ही याची खात्री करावी
(a) इनकमिंग जनरेटरचा व्होल्टेज बस बारच्या व्होल्टेजसारखाच असावा
(b) इनकमिंग जनरेटरची ध्रुवीयता बस बार सारखीच असावी
(c) सर्व मालिका फील्ड इक्विलायझर कनेक्शनद्वारे समांतर चालवल्या पाहिजेत
(d) सर्वजनरेटरचीमालिकाफील्डआर्मेचरच्यासकारात्मकबाजूनेकिंवानकारात्मकबाजूनेअसावी
57. डीसी मालिका जनरेटर वापरला जातो
(a) कर्षण लोड पुरवठा करण्यासाठी
(b) स्थिर व्होल्टेजवर औद्योगिक भार पुरवणे
(c) फीडरच्याटॉडएंडलाव्होल्टेज
(d) वरीलपैकी कोणत्याही हेतूसाठी नाही
58. खालील DC जनरेटर खांबांमध्ये कोणत्याही अवशिष्ट चुंबकत्वाशिवाय तयार होण्याच्या स्थितीत असेल
(a) मालिका जनरेटर

(b) शंट जनरेटर

(c) कंपाऊंड जनरेटर

(d) स्वयं-उत्तेजितजनरेटर

59. इंटरपोल फ्लक्स पुरेसे असावे

(a) कम्युटेटिंग सेल्फ-प्रेरित ईएमएफ तटस्थ करा

(b) आर्मेचर प्रतिक्रिया प्रवाह तटस्थ करा

(c)
कॉइलमध्येप्रेरितआर्मेचररिॲक्शनफ्लक्सतसेचकम्युटेटिंगईएमएफदोन्हीतटस्थकरा

(d) वरीलपैकी कोणतेही कार्य करत नाही

60. ऑटोमोबाईल बॅटरी चार्ज करण्यासाठी सामान्यतः डीसी जनरेटरला प्राधान्य दिले जाते

(a) मालिका जनरेटर

(b) शंट जनरेटर

(c) लांबशंटकंपाउंडजनरेटर

(d) वरीलपैकी कोणतेही

61. DC जनरेटरमध्ये यांत्रिक अंश आणि विद्‌युत अंशांची संख्या समान असेल जेव्हा

(a) rpm 300 पेक्षा जास्त आहे

(b) rpm 300 पेक्षा कमी आहे

(c) ध्रुवांची संख्या 4 आहे

(d) ध्रुवांचीसंख्या 2 आहे

62. Permeance च्या परस्पर आहे

(a) प्रवाह घनता

(b) अनिच्छा

(c) अँपिअर-वळण

(d) प्रतिकार

63. डीसी जनरेटरमध्ये इंटरपोलची ध्रुवता

(a) मुख्यध्रुवाच्यापुढच्याखांबाप्रमाणेचआहे

(b) तत्काळ आधीच्या ध्रुवाप्रमाणेच आहे

(c) समोरच्या मुख्य ध्रुवाच्या विरुद्‌ध आहे

(d) तटस्थ आहे कारण हे ध्रुव emf निर्माण करण्यात भाग घेत नाहीत

64. DC जनरेटरमध्ये व्युत्पन्न केलेले emf थेट प्रमाणात असते

(a) प्रवाह/ध्रुव

(b) आर्मेचरचावेग

(c) ध्रुवांची संख्या

(d) वरील सर्व

65. DC जनरेटरमध्ये चुंबकीय तटस्थ अक्ष भौमितिक तटस्थ अक्षाशी एकरूप होतो, जेव्हा

(a) जनरेटरवरकोणताहीभारनाही

(b) जनरेटर पूर्ण लोडवर चालतो

(c) जनरेटर ओव्हरलोडवर चालतो

(d) जनरेटर डिझाइन केलेल्या वेगाने चालतो

66. ब्रशेसवरील स्पार्किंग कमी करण्यासाठी डीसी जनरेटरमध्ये, कॉइलमधील स्व-प्रेरित ईएमएफ खालील सर्व गोष्टींशिवाय तटस्थ केले जाते.

(a) इंटरपोल

(b) डमीकॉइल

(c) भरपाई देणारे वळण

(d) ब्रशेसच्या अक्षाचे स्थलांतर

67. नो-लोडवर डीसी जनरेटरमध्ये, अंतराळातील हवेतील अंतर प्रवाह वितरण आहे

(a) सायनसॉइडल

(b) त्रिकोणी

(c) स्पंदन

(d) फ्लॅटटॉप

68. 1000 rpm वर चालणाऱ्या शंट जनरेटरने 200 V म्हणून emf व्युत्पन्न केले आहे. जर वेग 1200 rpm पर्यंत वाढला, तर व्युत्पन्न झालेला emf जवळपास असेल

(a) 150 V

(b) 175 V

(c) 240 V

(d) 290 V

69. जनरेटरमध्ये डमी कॉइल प्रदान करण्याचा उद्देश आहे

(a) एडी वर्तमान नुकसान कमी करण्यासाठी

(b) फ्लक्स घनता वाढवण्यासाठी

(c) व्होल्टेज वाढवण्यासाठी

(d) रोटरसाठीयांत्रिकसंतुलनप्रदानकरणे

1. खालीलपैकी कोणत्या मोटरचा नो-लोड वेग सर्वाधिक असेल?

(a) शंट मोटर

(b) मालिकामोटर

(c) संचयी कंपाऊंड मोटर

(d) कंपाऊंड मोटरमध्ये फरक करा

2. डीसी सीरीज मोटरच्या रोटेशनची दिशा द्वारे बदलली जाऊ शकते

(a) अदलाबदल करणारे पुरवठा टर्मिनल

(b) फील्डटर्मिनल्सचीअदलाबदलकरणे

(c) वरील (a) आणि (b) पैकी एक

(d) वरीलपैकी काहीही नाही

3. खालीलपैकी कोणत्या ॲप्लिकेशनला उच्च प्रारंभिक टॉर्क आवश्यक आहे?

(a) लेथ मशीन

(b) केंद्रापसारक पंप

(c) लोकोमोटिव्ह

(d) एअर ब्लोअर

4. कन्व्हेयर्ससाठी डीसी मोटर निवडायची असल्यास, कोणता रायटरला प्राधान्य दिले जाईल?

(a) मालिकामोटर

(b) शंट मोटर

(c) भिन्न कंपाऊंड मोटर

(d) संचयी कंपाऊंड मोटर

5. मशीन टूल्ससाठी कोणत्या DC मोटरला प्राधान्य दिले जाईल?

(a) मालिका मोटर

(b) शंटमोटर

(c) संचयी कंपाऊंड मोटर

(d) विभेदक कंपाऊंड मोटर

6. भिन्न कंपाऊंड डीसी मोटर्स आवश्यक असलेले अनुप्रयोग शोधू शकतात

(a) उच्च प्रारंभिक टॉर्क

(b) कमीसुरूहोणाराटॉर्क

(c) चल गती

(d) वारंवार ऑन-ऑफ सायकल

7. लिफ्टसाठी कोणत्या DC मोटरला प्राधान्य दिले जाते?

(a) शंट मोटर

(b) मालिका मोटर

(c) विभेदक कंपाऊंड मोटर

(d) संचयीकंपाऊंडमोटर

8. फ्लेमिंगच्या डाव्या हाताच्या नियमानुसार, जेव्हा तर्जनी फील्ड किंवा फ्लक्सच्या दिशेने निर्देशित करते, तेव्हा मधले बोट त्याच्या दिशेने निर्देशित करेल

(a) कंडक्टरच्याकंडक्टरमधीलविद्युतप्रवाह

(c) कंडक्टरवर परिणामी बल

(d) वरीलपैकी काहीही नाही

9. मोटार चालू असताना DC शंट मोटरचे फील्ड उघडल्यास

(a) मोटरचा वेग कमी होईल %

(b) आर्मेचर करंट कमी होईल

(c) मोटरधोकादायकरीत्याउच्चगतीप्राप्तकरेल 1

(d) मोटार सतत वेग नुवट करत राहील

10. स्टार्टर्स डीसी मोटर्ससह वापरले जातात कारण

(a) या मोटर्समध्ये उच्च प्रारंभिक टॉर्क असतो

(b) या मोटर्स स्व-सुरू होत नाहीत

(c) या मोटर्सचा बॅक emf सुरुवातीला शून्य आहे

(d) आर्मेचरकरंटप्रतिबंधितकरणेकारणप्रारंभकरतानाबॅकईएमएफनाही

11. लोड कमी झाल्यामुळे डीसी शंट मोटर्समध्ये

(a) वेग अचानक वाढेल

(b) लोड कमी करण्याच्या प्रमाणात वेग वाढेल

(c) वेगजवळजवळ/स्थिरराहील

(d) वेग कमी होईल

12. डीसी मालिका मोटर म्हणजे जी

(a) जाडवायरआणिकमीवळणेअसलेलेत्याचेफील्डवाइंडिंगआहे

(b) खराब टॉर्क आहे

(c) लोड न करता सहज सुरू करता येते

(d) जवळजवळ स्थिर गती आहे

13. डीसी मोटर सुरू करण्यासाठी स्टार्टर आवश्यक आहे कारण

(a) ते मोटरचा वेग मर्यादित करते

(b) हेप्रारंभकरंटलासुरक्षितमूल्यापर्यंतमर्यादितकरते

(c) ते मोटर सुरू करते

(d) वरीलपैकी काहीही नाही

14. कातर आणि पंचांसाठी वापरल्या जाणाऱ्या डीसी मोटरचा प्रकार आहे

(a) शंट मोटर

(b) मालिका मोटर

(c) विभेदक कंपाऊट डीसी मोटर

(d) संचयीकंपाऊंड DC मोटर

15. जर DC मोटर AC पुरवठ्यावर जोडली असेल तर ती होईल

(a) सामान्य वेगाने धावणे

(b) धावत नाही

(c) कमी वेगाने धावणे

(d) .एडीकरंट्सद्वारेशेतातवळणघेतअसलेल्याउष्णतेमुळेजळणे

16. DC चा वेग मिळविण्यासाठी, विद्युत ऊर्जेचा अपव्यय न करता सामान्यपेक्षा कमी मोटर वापरली जाते.

(a) वार्डलिओनार्डनियंत्रण

(b) रियोस्टॅटिक नियंत्रण

(c) वरीलपैकी कोणतीही पद्धत

(d) वरीलपैकी कोणतीही पद्धत नाही

17. जेव्हा दोन DC मालिका मोटर्स समांतर जोडलेले असतात, तेव्हा परिणामी गती असते

(a) सामान्य वेगापेक्षा जास्त

(b) सामान्य गतीपेक्षा तोटा

(c) सामान्यगती

(d) शून्य

18. डीसी शंट मोटरचा वेग त्याच्या फुल-लोड वेगापेक्षा जास्त मिळवता येतो

(a) फील्डकरंटकमीकरणे

(b) फील्ड करंट वाढवणे

(c) आर्मेचर करंट कमी करणे

(d) आर्मेचर करंट वाढवणे

19. डीसी शंट मोटरमध्ये, वेग असतो

(a) आर्मेचरकरंटपासूनस्वतंत्र

(b) आर्मेचर करंटच्या थेट प्रमाणात

(c) प्रवाहाच्या वर्गाच्या प्रमाणात

(d) आर्मेचर करंटच्या व्यस्त प्रमाणात

20. डायरेक्ट ऑन लाईन स्टार्टर वापरला जातो: मोटर्स सुरू करण्यासाठी

(a) 5 HP पर्यंत

(b) 10 HP पर्यंत

(c) 15 HP पर्यंत

(d) 20 HP पर्यंत

21. DC मोटरचा मागचा emf अचानक गायब झाल्यास काय होईल?

(a) मोटर थांबेल

(b) मोटर चालूच राहील

(c) आर्मेचरजळूशकते

(d) मोटर गोंगाटात चालेल

22. डीसी शंट मोटर्सच्या बाबतीत वेग फक्त बॅक ईएमएफवर अवलंबून असतो कारण

(a) बॅक ईएमएफ आर्मेचर ड्रॉपच्या समान आहे

(b) आर्मेचर ड्रॉप नगण्य आहे

(c) फ्लक्स आर्मेचर करंटच्या प्रमाणात आहे

(d) प्रवाह D:C मध्येव्यावहारिकदृष्ट्यास्थिरअसतो. शंटमोटर्स

23. डीसी शंट मोटरमध्ये, जास्तीत जास्त पॉवरच्या परिस्थितीत, आर्मेचरमध्ये करंट असेल

(a) जवळजवळ नगण्य

(b) रेट केलेले पूर्ण-लोड प्रवाह

(c) पूर्ण लोड करंटपेक्षा कमी

(d) पूर्णलोडकरंटपेक्षाजास्त

24. आजकाल डीसी मोटर्स मोठ्या प्रमाणात वापरल्या जातात

(a) पंपिंग सेट

(b) एअर कंप्रेसर

(c) विद्युतकर्षण

(d) मशीनची दुकाने

25. मोटरचा कोणता भाग बघून, विशिष्ट मोटर ही डीसी मोटर आहे याची सहज खात्री करता येते?

(a) फ्रेम

(b) शाफ्ट

(c) कम्युटेटर

(d) स्टेटर

26. खालीलपैकी कोणत्या ॲप्लिकेशनमध्ये DC सीरीज मोटर नेहमीच वापरण्याचा प्रयत्न केला जातो?

(a) कारसाठीस्टार्टर

(b) पाण्याच्या पंपासाठी गाडी चालवा

(c) फॅन मोटर

(d) AC किंवा DC मध्ये मोटर ऑपरेशन

27. डीसी मशीनमध्ये फ्रॅक्शनल पिच वाइंडिंगचा वापर केला जातो

(a) कूलिंग सुधारण्यासाठी

(b) तांब्याचे नुकसान कमी करण्यासाठी

(c) व्युत्पन्न ईएमएफ वाढवणे

(d) स्पार्किंगकमीकरण्यासाठी

28. तीन पॉइंट स्टार्टरसाठी योग्य मानले जाते

(a) शंट मोटर्स

(b) शंटतसेचकंपाऊंडमोटर्स

(c) शंट, कंपाउंड आणि मालिका मोटर्स

(d) सर्व DC मोटर्स

29. डीसी मोटरसाठी जास्तीत जास्त पॉवर मिळण्याच्या अटी स्थापित झाल्यास, मोटरची कार्यक्षमता किती असेल

(a) 100%

(ब) सुमारे ९०%

(c) कुठेही ७५% आणि ९०% दरम्यान

(d) ५०% पेक्षाकमी

30. स्टार्टिंग टॉर्क ते फुल-लोड टॉर्कचे गुणोत्तर कमीत कमी आहे

(a) मालिका मोटर्स

(b) शंटमोटर्स

(c) कंपाऊंड मोटर्स

(d) वरीलपैकी काहीही नाही

31. DC मोटरमध्ये खालीलपैकी कोणते कमाल तापमान वाढ टिकवून ठेवू शकते?

(a) स्लिप रिंग

(b) कम्युटेटर

(c) फील्डवळण

(d) आर्मेचर वळण

33. DC मोटरच्या फिरण्याची दिशा ठरवण्यासाठी खालीलपैकी कोणता कायदा/नियम वापरता येईल?

(a) लेन्झचा कायदा

(b) फॅरेडेचा कायदा

(c) कोलंबचा कायदा

(d) फ्लेमिंगचाडावखुरानियम

34. खालीलपैकी कोणत्या लोडला सामान्यतः रेट केलेल्या टॉर्कपेक्षा जास्त टॉर्क सुरू करण्याची आवश्यकता असते?

(a) ब्लोअर्स

(b) कन्वेयर

(c) एअर कंप्रेसर

(d) केंद्रापसारक पंप

35. सामान्यतः डीसी मोटरचा प्रारंभिक प्रतिकार असतो

(a) कमी

(b) सुमारे 500 प्र

(c) 1000 प्र

(d) अमर्यादपणे मोठे

36. डीसी सीरीज मोटरचा वेग आहे

(a) आर्मेचर करंटच्या प्रमाणात

(b) आर्मेचर करंटच्या वर्गाच्या प्रमाणात

(c) फील्ड करंटच्या प्रमाणात

(d) आर्मेचरकरंटच्याव्यस्तप्रमाणात

37. डीसी सीरीज मोटरमध्ये, आर्मेचर करंट 50% ने कमी केल्यास, मोटरचा टॉर्क समान असेल

(a) मागील मूल्याच्या 100%

(b) मागील मूल्याच्या 50%

(c) मागीलमूल्याच्या 25%

(d) मागील मूल्याच्या 10%

38. डीसी मोटरच्या आर्मेचरने काढलेला विद्युत् प्रवाह थेट प्रमाणात आहे

(a) आवश्यकटॉर्क

(b) मोटरचा वेग

(c) टर्मिनल्सवरील व्होल्टेज

(d) वरीलपैकी काहीही नाही

39. इलेक्ट्रिक मोटरच्या नेम प्लेटवर नमूद केलेली शक्ती दर्शवते

(a) kW मध्ये काढलेली शक्ती

(b) kVA मध्ये काढलेली शक्ती

(c) स्थूल शक्ती

(d) शाफ्टवरउपलब्धआउटपुटपॉवर

40. कोणत्या DC मोटरला जास्तीत जास्त सेल्फ लोडिंग प्रॉपर्टी मिळाली आहे?

(a) मालिका मोटर

(b) शंट मोटर

(c) एकत्रितपणे मिश्रित 'मोटर

(d) भिन्नकंपाउंडमोटर

41. फ्लायव्हीलसह कोणती डीसी मोटर अधूनमधून प्रकाश आणि जड भारांसाठी योग्य असेल?

(a) मालिका मोटर

(b) शंट मोटर

(c) एकत्रितपणेमिश्रितमोटर

(d) भिन्न कंपाउंड मोटर

42. जर डीसी शंट मोटर लोड न करता काम करत असेल आणि शंट फील्ड सर्किट अचानक उघडले तर

(a) मोटरला काहीही होणार नाही

(b) यामुळे आर्मेचर जड करंट घेण्यास तयार होईल, शक्यतो ते जळू शकेल

(c) याचापरिणामजास्तवेगातहोईल, शक्यतोजास्तकेंद्रापसारकताणामुळेआर्मेचरनष्टहोईल

(d) मोटर अतिशय मंद गतीने चालेल

43. डीसी सीरीज मोटर्स वापरतात

(a) जेथे भार स्थिर असतो

(b) जेथे लोड वारंवार बदलते

(c) जेथे सतत ऑपरेटिंग गती आवश्यक असते

(d) वरीलपैकीकोणत्याहीपरिस्थितीतनाही.

44. समान HP रेटिंग आणि पूर्ण लोड गतीसाठी, खालील मोटरला खराब प्रारंभ टॉर्क आहे

(a) शंट

(b) मालिका

(c) विभेदकपणेमिश्रित

(d) एकत्रितपणे चक्रवाढ

45. कंडक्टिव्हली भरपाई DC सीरीज मोटर्सच्या बाबतीत, नुकसान भरपाई देणारी वळण प्रदान केली जाते

(a) स्वतंत्रपणे जखमेच्या युनिट म्हणून

(6) आर्मेचर विंडिंगच्या समांतर

(c) आर्मेचरविंडिंगसहमालिकेत

(d) फील्ड विंडिंगच्या समांतर

46. डीसी मोटरच्या कम्युटेटरवर स्पार्किंग होऊ शकते

(a) कम्युटेटर विभागांचे नुकसान

(b) कम्युटेटर इन्सुलेशनचे नुकसान

(c) वाढलेली वीज वापर

(d) वरीलसर्व

47. अत्यंत स्फोटक वातावरणात चालवण्यासाठी खालीलपैकी कोणती मोटर पसंत केली जाते?

(a) मालिका मोटर

(b) शंट मोटर

(c) एअरमोटर

(d) बॅटरीवर चालणारी मोटर

48. डीसी मोटरसाठी पुरवठा व्होल्टेज वाढल्यास खालीलपैकी कोणते कमी होईल?

(a) टॉर्क सुरू करणे

(b) ऑपरेटिंग गती

(c) पूर्ण-भारितप्रवाह

(d) वरील सर्व

49. खालीलपैकी कोणते DC मशीनमध्ये पोल शूजचे कार्य नाही?

(a) एडीवर्तमाननुकसानकमीकरण्यासाठी

(b) फील्ड कॉइलला आधार देण्यासाठी

(c) चांगल्या एकरूपतेसाठी प्रवाह पसरवणे

(d) चुंबकीय मार्गाची अनिच्छा कमी करणे

50. बॅक ईएमएफ आणि लागू व्होल्टेजचे गुणोत्तर असताना शंट मोटरने विकसित केलेली यांत्रिक शक्ती जास्तीत जास्त असेल

(a) 4.0

(b) 2.0

(c) 1.0

(d) ०.५

51. डीसी मोटरच्या बाबतीत कमाल शक्तीची अट आहे

(a) बॅक emf = 2 x पुरवठा व्होल्टेज

(b) बॅक emf = | x पुरवठाव्होल्टेज

(c) पुरवठा व्होल्टेज = | x परत emf

(d) पुरवठा व्होल्टेज = बॅक emf

52. खालीलपैकी कोणत्या ऍप्लिकेशनसाठी AC मोटरपेक्षा DC मोटरला प्राधान्य दिले जाते?

(a) कमी गतीचे ऑपरेशन

(b) हाय स्पीड ऑपरेशन

(c) व्हेरिएबलस्पीडऑपरेशन

(d) स्थिर गती ऑपरेशन

53. DC मशीनमध्ये अवशिष्ट चुंबकत्व क्रमाने असते

(a) 2 ते 3 टक्के

(6) 10 ते 15 टक्के

(c) 20 ते 25 टक्के

(d) 50 ते 75 टक्के

54. क्रेन आणि होइस्टसाठी कोणती डीसी मोटर सामान्यतः पसंत केली जाते?

(a) <u>मालिकामोटर</u>
(b) शंट मोटर
(c) एकत्रितपणे मिश्रित मोटर
(d) भिन्न कंपाउंड मोटर

55. थ्री पॉइंट स्टार्टरचा वापर केला जाऊ शकतो
(a) फक्त मालिका मोटर
(b) फक्त शंट मोटर
(c) केवळ कंपाऊंड मोटर
(d) <u>शंटआणिकंपाऊंडमोटरदोन्ही</u>

56. स्पार्किंग, डीसी मोटरमध्ये परावृत्त केले जाते कारण
(a) ते इनपुट पॉवर वापर वाढवते
(b) <u>कम्युटेटरचेनुकसानहोते</u>
(c) दोन्ही (a) आणि (b)
(d) वरीलपैकी काहीही नाही

57. वॉर्ड लिओनार्ड पद्धतीद्वारे वेग नियंत्रण एकसमान वेग बदल देते
(a) एका दिशेने
(b) <u>दोन्हीदिशेने</u>
(c) फक्त सामान्य वेगापेक्षा कमी
(d) फक्त सामान्य गतीपेक्षा जास्त.

58. फ्लायव्हीलचा वापर DC कंपाऊंड मोटरसह मोटारची सर्वाधिक मागणी कमी करण्यासाठी केला जातो, कंपाऊंड मोटर असणे आवश्यक आहे
(a) पातळी मिश्रित
(b) कंपाऊंड अंतर्गत
(c) <u>एकत्रितपणेमिश्रित</u>
(d) विभेदकपणे मिश्रित

59. उच्च प्रारंभ टॉर्क आणि विस्तृत गती श्रेणी नियंत्रण आवश्यक असल्यास खालील मोटर वापरली जाते.
(a) सिंगल फेज कॅपेसिटर स्टार्ट
(b) इंडक्शन मोटर
(c) सिंक्रोनस मोटर
(d) <u>DC मोटर</u>

60. वेगळ्या कंपाऊंड केलेल्या DC मोटरमध्ये, शंट फील्ड अचानक उघडल्यास
(a) <u>मोटरप्रथमथांबेलआणिनंतरमालिकामोटरम्हणूनविरुद्धदिशेनेधावेल</u>
(b) मोटर मालिका मोटर म्हणून काम करेल आणि त्याच दिशेने मंद गतीने धावेल

(c) मोटर मालिका मोटर म्हणून काम करेल आणि त्याच दिशेने उच्च वेगाने धावेल

(d) मोटर काम करणार नाही आणि थांबेल

61. खालीलपैकी कोणत्या मोटरचा वेग कमी आहे?

(a) शंट मोटर

(b) मालिकामोटर

(c) विभेदक कंपाऊंड मोटर

(d) संचयी कंपाऊंड मोटर

62. बसेस, ट्रेन्स, ट्रॉली, हॉइस्ट, क्रेन यांना उच्च स्टार्टिंग टॉर्कची आवश्यकता असते आणि म्हणून वापरा

(a) DC मालिकामोटर

(b) DC शंट मोटर

(c) इंडक्शन मोटर

(d) वरील सर्व मोटर्स

63. जसा - लोड वाढला की डीसी शंट मोटरचा वेग वाढेल

(a) किंचितकमीकरा

(b) किंचित वाढवा

(c) प्रमाणानुसार वाढवा

(d) अपरिवर्तित राहते

64. डीसी शंट मोटरचा आर्मेचर टॉर्क याच्या प्रमाणात आहे

(a) फक्त फील्ड फ्लक्स

(b) फक्तआर्मेचरकरंट

(c) दोन्ही (a) आणि (b)

(d) वरीलपैकी काहीही नाही

65. DC मशीनच्या वेग नियंत्रणाची खालीलपैकी कोणती पद्धत किमान कार्यक्षमता देईल?

(a) व्होल्टेज नियंत्रण पद्धत

(b) क्षेत्र नियंत्रण पद्धत

(c) आर्मेचरनियंत्रणपद्धत

(d) वरील सर्व पद्धती

1. खालीलपैकी कोणता घटक सहसा सिलिकॉन स्टीलपासून बनविला जातो?

(a) बेअरिंग्ज

(b) शाफ्ट

(c) Statorcore

(d) वरीलपैकी काहीही नाही

2. इंडक्शन मोटरची फ्रेम सहसा बनलेली असते

(a) सिलिकॉन स्टील

(b) कास्टलोह

(c) ॲल्युमिनियम

(d) कांस्य

3. इंडक्शन मोटरचा शाफ्ट बनलेला असतो

(a) ताठ

(b) लवचिक

(c) पोकळ

(d) वरीलपैकी कोणतेही

4. इंडक्शन मोटरचा शाफ्ट बनलेला असतो

(a) हाय स्पीड स्टील

(b) स्टेनलेस स्टील

(c) कार्बनस्टील

(d) कास्ट लोह

5. इंडक्शन मोटरमध्ये, स्लिप सामान्यतः नो-लोड असते

(a) 1% पेक्षाकमी

(b) 1.5%

(c) 2%

(d) 4%

6. मध्यम आकाराच्या इंडक्शन मोटर्समध्ये, स्लिप साधारणपणे सुमारे असते

(अ) ०.०४%

(ब) ०.४%

(c) 4%

(d) 14%

7. गिलहरी पिंजरा इंडक्शन मोटर्समध्ये, रोटर स्लॉट्सला सामान्यतः थोडासा स्क्यू दिला जातो

करण्यासाठी

(a) वाऱ्यामुळे होणारे नुकसान कमी करा

(b) एडी प्रवाह कमी करा

(c) घाण आणि धूळ साचणे कमी करा

(d) चुंबकीयगुंजनकमीकरा

8. इंडक्शन मोटरमधील हवेतील अंतर वाढल्यास

(a) रोटरचा चुंबकीय प्रवाह कमी होईल

(b) पॉवरफॅक्टरकमीहोईल

(c) मोटरचा वेग वाढेल

(d) वाऱ्यामुळे होणारे नुकसान वाढेल

9. स्लिप रिंग सहसा बनविल्या जातात

(a) तांबे

(b) कार्बन

(c) फॉस्पोरकांस्य

(d) ॲल्युमिनियम

10. 3-फेज 440 V, 50 Hz इंडक्शन मोटरमध्ये 4% स्लिप आहे. रोटरची वारंवारता emf असेल

(a) 200 Hz

(b) 50 Hz

(c) 2 Hz

(d) 0.2 Hz

11. Ns मध्ये समकालिक गती आणि s स्लिप आहे, नंतर वास्तविक धावण्याचा वेग इंडक्शन मोटर असेल

(a) एन.एस

(b) sN,

(c) (ls) Ns

(d) (Ns-l)s

इंडक्शन मोटरची कार्यक्षमता जवळपास असण्याची अपेक्षा केली जाऊ शकते

(अ) ६० ते ९०%

(ब) 80 ते 90%

(c) 95 ते 98%

(d) 99%

13. गिलहरी पिंजरा इंडक्शन मोटरवरील स्लिप रिंगची संख्या सामान्यतः

(a) दोन

(b) तीन

(c) चार

(d) काहीहीनाही

14. गिलहरी-पिंजरा इंडक्शन मोटरचा प्रारंभिक टॉर्क आहे

(a) कमी

(b) नगण्य

(c) पूर्ण-लोड टॉर्क सारखेच

(d) फुल-लोड टॉर्कपेक्षा किंचित जास्त

15. दुहेरी गिलहरी-पिंजरा इंडक्शन मोटर आहे

(a) दोन रोटर विरुद्ध दिशेने फिरत आहेत
(b) स्टेटरमध्ये दोन समांतर विंडिंग
(c) रोटरमध्येदोनसमांतरविंडिंग
(d) स्टेटरमध्ये दोन मालिका विंडिंग
16. मोटर्सची स्टार-डेल्टा स्टार्टिंगच्या बाबतीत शक्य नाही
(a) सिंगलफेजमोटर्स
(b) व्हेरिएबल स्पीड मोटर्स
(c) कमी हॉर्स पॉवर मोटर्स
(d) हाय स्पीड मोटर्स
17. 'कॉगिंग' या शब्दाशी संबंधित आहे
(a) तीन फेज ट्रान्सफॉर्मर
(b) कंपाऊंड जनरेटर
(c) DC मालिका मोटर्स
(d) इंडक्शनमोटर्स
18. इंडक्शन मोटर्सच्या बाबतीत टॉर्क असतो
(a) (Vslip) च्या व्यस्त प्रमाणात
(b) (स्लिप)2 च्या थेट प्रमाणात
(c) स्लिपच्या व्यस्त प्रमाणात
(d) स्लिपच्याथेटप्रमाणात
19. 1000 rpm गती असलेली इंडक्शन मोटर असेल
(a) 8 ध्रुव
(b) 6 ध्रुव
(c) 4 ध्रुव
(d) 2 ध्रुव
20. सरासरी असल्यास इंडक्शन मोटरचा चांगला पॉवर फॅक्टर मिळवता येतो हवेच्या अंतरामध्ये फ्लक्स घनता आहे
(a) अनुपस्थित
(b) लहान
(c) मोठा
(d) अनंत
21. इंडक्शन मोटर सारखीच असते
(a) DC कंपाऊंड मोटर
(b) DC मालिका मोटर
(c) समकालिक मोटर

(d) असिंक्रोनसमोटर

22. इंडक्शन मोटरच्या रोटरमध्ये इंजेक्टेड ईएमएफ असणे आवश्यक आहे

(a) शून्य वारंवारता

(b) स्लिपवारंवारतासारखीचवारंवारता

(c) रोटर emf सारखाच टप्पा

(d) समाधानकारक वेग नियंत्रणासाठी उच्च मूल्य

23. गती नियंत्रित करण्यासाठी खालीलपैकी कोणती पद्धत सहजपणे लागू होते गिलहरी-पिंजरा इंडक्शन मोटर?

(a) स्टेटरपोलचीसंख्याबदलून

(b) रोटर रिओस्टॅट नियंत्रण

(c) कॅस्केडमध्ये दोन मोटर चालवून

(d) रोटर सर्किटमध्ये ईएमएफ इंजेक्ट करून

24. इंडक्शन मोटरमधील क्रॉलिंगमुळे होते

(a) कमी व्होल्टेज पुरवठा

(b) जास्त भार

(c) मोटारमध्येविकसितहार्मोनिक्स

(d) मशीनची अयोग्य रचना

(e) वरीलपैकी काहीही नाही

25. ऑटो-स्टार्टर्स (तीन ऑटो ट्रान्सफॉर्मर वापरून) पिंजरा सुरू करण्यासाठी वापरला जाऊ शकतो

खालील प्रकारची इंडक्शन मोटर

(a) फक्त तारा जोडलेला आहे

(b) केवळ डेल्टा जोडलेला आहे

(c) (a) आणि (b) दोन्ही

(d) वरीलपैकी काहीही नाही

26. ऑटोस्टार्टरसह पिंजरा इंडक्शन मोटरमध्ये विकसित टॉर्क आहे

(a) थेट स्विचिंगसह k/टॉर्क

(6) थेट स्विचिंगसह के x टॉर्क

(c) थेटस्विचिंगसह K2 x टॉर्क

(d) थेट स्विचिंगसह k2/टॉर्क

27. जेव्हा दुहेरी गिलहरी-पिंजरा इंडक्शन मोटरचा समतुल्य सर्किट आकृती दोन पिंजरे बांधले जाऊ शकतात

मानले

(a) मालिकेत

(b) समांतर

(c) मालिका-समांतर

(d) स्टेटरच्या समांतर

28. इंडक्शन मोटरची लाइन-स्टार्टिंग टाळणे आणि स्टार्टर वापरणे चांगले कारण

(a) मोटरपाचतेसातपटपूर्णलोडकरंटघेते

(b) ते खूप वेगाने पिक-अप करेल आणि पायरीबाहेर जाऊ शकते

(c) ते उलट दिशेने धावेल

(d) सुरू होणारा टॉर्क खूप जास्त आहे

29. इंडक्शन मोटरचे स्टेपलेस वेग नियंत्रण खालीलपैकी कोणत्या पद्धतीद्वारे शक्य आहे?

(a) रोटर eueuit मध्ये emf इंजेक्शन

(b) खांबांचीसंख्याबदलणे

(c) कॅस्केड ऑपरेशन

(d) वरीलपैकी काहीही नाही

30. गती नियंत्रणासाठी रोटर रिओस्टॅट नियंत्रण पद्धत वापरली जाते

(a) फक्त गिलहरी-पिंजरा इंडक्शन मोटर्स

(b) फक्तस्लिपरिंगइंडक्शनमोटर्स

(c) दोन्ही (a) आणि (b)

(d) वरीलपैकी काहीही नाही

31. इंडक्शन मोटरसाठी वर्तुळ आकृतीमध्ये, वर्तुळाचा व्यास दर्शवितो

(a) स्लिप

(b) रोटरकरंट

(c) चालू टॉर्क

(d) लाइन व्होल्टेज

32. कोणत्या मोटरचा वेग रोटरच्या बाजूने नियंत्रित केला जाऊ शकतो?

(a) गिलहरी-पिंजरा इंडक्शन मोटर

(b) स्लिप-रिंगइंडक्शनमोटर

(c) दोन्ही (a) आणि (b)

(d) वरीलपैकी काहीही नाही

33. इंडक्शन मोटरचे कोणतेही दोन टप्पे अदलाबदल केले असल्यास

(a) मोटरउलटदिशेनेधावेल

(b) मोटर कमी वेगाने धावेल

(c) मोटर चालणार नाही

(d) मोटर जळून जाईल

34. इंडक्शन मोटर आहे

(a) शून्य टॉर्कसह स्वत: ची सुरुवात

(b) उच्च टॉर्कसह स्वत: ची सुरुवात

(c) <u>कमीटॉर्कसहस्वत: चीसुरुवात</u>

(d) नॉन-सेल्फ स्टार्टिंग

35. इंडक्शन मोटरमधील कमाल टॉर्क यावर अवलंबून असते

(a) वारंवारता

(b) रोटर प्रेरक अभिक्रिया

(c) पुरवठा व्होल्टेजचा वर्ग

(d) <u>वरीलसर्व</u>

36. थ्री-फेज स्क्विरल-केज इंडक्शन मोटर्समध्ये

(a) रोटर कंडक्टरचे टोक स्लिप रिंगमधून शॉर्ट सर्किट केलेले असतात

(b) <u>रोटरकंडक्टरएंडरिंग्समधूनशॉर्टसर्किटकेलेलेअसतात</u>

(c) रोटर कंडक्टर उघडे ठेवले जातात

(d) रोटर कंडक्टर इन्सुलेशनशी जोडलेले आहेत

37. थ्री-फेज इंडक्शन मोटरमध्ये, रोटर विंडिंगमधील खांबांची संख्या नेहमीच असते

(a) शून्य

(b) स्टेटरमधील खांबांच्या संख्येपेक्षा जास्त

(c) स्टेटरमधील खांबांच्या संख्येपेक्षा कमी

(d) <u>स्टेटरमधीलखांबांच्यासंख्येइतके</u>

38. इंडक्शन मोटर्सची DOL सुरू करणे सहसा मर्यादित असते

(a) <u>कमीअश्वशक्तीमोटर्स</u>

(b) व्हेरिएबल स्पीड मोटर्स

(c) उच्च अश्वशक्ती मोटर्स

(d) हाय स्पीड मोटर्स

39. गिलहरी-पिंजरा इंडक्शन मोटरचा वेग सर्व द्वारे नियंत्रित केला जाऊ शकतो वगळता खालील

(a) पुरवठा वारंवारता बदलणे

(b) खांबांची संख्या बदलणे

(c) <u>वळणाचाप्रतिकारबदलणे</u>

(d) पुरवठा व्होल्टेज कमी करणे

40. इंडक्शन मोटरमधील 'क्रॉलिंग' यामुळे होते

(a) जास्त भार

(6) कमी व्होल्टेज पुरवठा

(c) मशीनची अयोग्य रचना

(d) <u>मोटरमध्येहार्मोनिक्सविकसितझाले</u>

41. नो-लोड परिस्थितीत इंडक्शन मोटरचा पॉवर फॅक्टर असेल च्या जवळ

(a) <u>0.2 मागेपडणे</u>

(b) 0.2 अग्रगण्य

(c) 0.5 अग्रगण्य

(d) ऐक्य

42. इंडक्शन मोटरचे 'कॉगिंग' टाळले जाऊ शकते

(a) योग्य वायुवीजन

(b) DOL स्टार्टर वापरणे

(c) ऑटो-ट्रान्सफॉर्मर स्टार्टर

(d) <u>रोटरस्लॉटचीसंख्यास्टेटरस्लॉटच्यासंख्येपेक्षाजास्तकिंवाकमीअसणे (समाननाही)</u>

43. रोटर ते स्टेटर स्लॉटच्या ठराविक गुणोत्तरासह इंडक्शन मोटर, सामान्य गतीच्या 1/7 वेगाने धावत असल्यास, घटनेला असे म्हटले जाईल

(a) गुणगुणणे

(b) शिकार

(c) <u>रेंगाळणे</u>

(d) कॉगिंग

44. इंडक्शन मोटरची स्लिप जेव्हा ऋण असते

(a) चुंबकीय क्षेत्र आणि रोटर विरुद्ध दिशेने फिरतात

(b) रोटरचा वेग फील्डच्या सिंक्रोनस वेगापेक्षा कमी आहे आणि त्याच दिशेने आहे

(c) <u>रोटरचावेगफील्डच्यासिंक्रोनसवेगापेक्षाजास्तआहेआणित्याचदिशेनेआहे</u>

(d) वरीलपैकी काहीही नाही

45. त्याच HP साठी कमी गतीच्या मोटरच्या तुलनेत हाय स्पीड मोटरचा आकार किती असेल

(a) मोठा

(b) <u>लहान</u>

(c) समान

(d) वरीलपैकी कोणतेही

46. 3-फेज इंडक्शन मोटर स्टेटर डेल्टा जोडलेली आहे, पूर्ण भार वाहते आहे आणि त्याचा एक फ्यूज बाहेर पडतो. मग मोटार

(a) <u>त्याचाएकटप्पाजळतचालूराहील</u>

(b) त्याचे दोन टप्पे जळत चालू राहील

(c) थांबेल आणि जड प्रवाह वाहून नेईल ज्यामुळे त्याच्या वळणांना कायमचे नुकसान होईल

(d) विंडिंगला कोणतीही हानी न होता धावणे सुरू राहील

47. जोडलेली 3-फेज इंडक्शन मोटर डेल्टा खूप जास्त भार वाहते आणि त्याचा एक फ्यूज बाहेर पडतो. मग मोटार

(a) त्याचा एक टप्पा जळत चालू राहील

(b) त्याचे दोन फेज जळत चालू राहील

(c) <u>थांबेलआणिजडप्रवाहवाहूननेईलज्यामुळेत्याच्यावळणांनाकायमचेनुकसानहोईल</u>

(d) विंडिंगला कोणतीही हानी न होता धावणे सुरू राहील

48. मोटर टर्मिनल्सवर कमी व्होल्टेजमुळे आहे

(a) अपुरी मोटर वायरिंग

(b) खराब नियमन केलेला वीजपुरवठा

(c) <u>वरीलपैकीकोणतेहीएक</u>

(d) वरीलपैकी काहीही नाही

49. इंडक्शन मोटरमध्ये स्टेटर स्लॉट आणि रोटर स्लॉट यांच्यातील संबंध असा असतो की

(a) स्टेटर स्लॉट रोटर स्लॉट्स प्रमाणे असतात

(b) स्टेटर स्लॉट हे रोटर स्लॉटचे अचूक मल्टिपल आहेत

(c) <u>स्टेटरस्लॉटहेरोटरस्लॉटच्याअचूकगुणाकारनाहीत</u>

(d) वरीलपैकी काहीही नाही

50. स्लिप रिंग मोटर जेथे शिफारस केली जाते

(a) वेग नियंत्रण आवश्यक आहे

(6) वारंवार सुरू करणे, थांबवणे आणि उलट करणे आवश्यक आहे

(c) उच्च प्रारंभिक टॉर्क आवश्यक आहे

(d) <u>वरीलसर्ववैशिष्ट्येआवश्यकआहेत</u>

51. इंडक्शन मोटरवरील भार जसजसा वाढत जातो

(a) त्याचा पॉवर फॅक्टर कमी होत जातो

(b) त्याचा पॉवर फॅक्टर स्थिर राहतो

(c) त्याचा पॉवर फॅक्टर पूर्ण लोड झाल्यानंतरही वाढतच जातो

(d) <u>त्याचापॉवरफॅक्टरपूर्णलोडपर्यंतवाढतजातोआणिनंतरतोपुन्हापडतो</u>

52. स्टेटरला 3-फेज सप्लाय दिल्यास आणि रोटर शॉर्ट सर्किट झाल्यास रोटर हलतो

(a) फिरणाऱ्या फील्डची दिशा विरुद्ध दिशेने

(b) <u>शेताच्यादिशेच्यादिशेने</u>

(c) पुरवठ्याच्या फेज स्क्वेन्सवर अवलंबून कोणत्याही दिशेने

53. इंडक्शन मोटरची लाईन स्टार्टिंग टाळणे आणि स्टार्टर वापरणे उचित आहे कारण

(a) ते उलट दिशेने धावेल

(b) तो खूप जास्त वेग घेईल आणि पायरीबाहेर जाऊ शकतो

(c) <u>मोटारपाचतेसातपटपूर्णलोडकरंटघेते</u>

(d) सुरू होणारा टॉर्क खूप जास्त आहे

54. इंडक्शन मोटरची गती वैशिष्ट्ये खालीलपैकी कोणत्या मशीनच्या स्पीडलोड वैशिष्ट्यांसारखी असतात

(a) DC मालिका मोटर

(b) <u>DC शंटमोटर</u>

(c) युनिव्हर्सल मोटर

(d) वरीलपैकी काहीही नाही

55. रोटर शाफ्टला आधार देण्यासाठी लहान इंडक्शन मोटर्समध्ये कोणत्या प्रकारचे बेअरिंग दिले जाते?

(a) <u>बॉलबेअरिंग</u>

(b) कास्ट आयर्न बेअरिंग

(c) बुश बेअरिंग्ज

(d) वरीलपैकी काहीही नाही

56. पंप इंडक्शन मोटर त्याच्या रेट केलेल्या व्होल्टेजपेक्षा 30% कमी पुरवठ्यावर स्विच केली जाते. पंप चालतो. शेवटी काय होईल? हे होईल

(a) काही वेळाने स्टॉल

(b) ताबडतोब थांबवा

(c) नुकसान न होता कमी वेगाने धावणे सुरू ठेवा

(d) <u>गरमहोणेआणिनंतरखराबहोणे</u>

57. 5 HP, 50-Hz, 3-फेज, 440 V, इंडक्शन मोटर्स खालील rpm साठी उपलब्ध आहेत कोणती मोटर सर्वात महाग असेल?

(a) 730 <u>rpm</u>

(b) 960 rpm

(c) 1440 rpm

(d) 2880 rpm

58. 3-फेज स्लिप रिंग मोटर आहे

(a) दुहेरी पिंजरा रोटर

(b) <u>घावरोटर</u>

(c) शॉर्ट-सर्किट रोटर

(d) वरीलपैकी कोणतेही

59. 3-फेज स्क्विरल पिंजरा इंडक्शन मोटरचा प्रारंभिक टॉर्क आहे

(a) पूर्ण लोड टॉर्कच्या दुप्पट

(b) पूर्णलोडटॉर्कच्या 1.5 पट

(c) पूर्ण लोड टॉर्कच्या समान

60. इंडक्शन मोटरवरील शॉर्ट-सर्किट चाचणी निर्धारित करण्यासाठी वापरली जाऊ शकत नाही

(a) वाऱ्यामुळेहोणारेनुकसान

(b) तांब्याचे नुकसान

(c) परिवर्तन गुणोत्तर

(d) वर्तुळ आकृतीचे पॉवर स्केल

61. थ्री-फेज इंडक्शन मोटरमध्ये

(a) रोटरच्या तुलनेत स्टेटरमधील लोखंडाचे नुकसान नगण्य असेल

(6) रोटरच्या तुलनेत मोटारमधील लोखंडाचे नुकसान नगण्य असेल

(c) स्टेटरमधील लोखंडाचे नुकसान रोटरच्या तुलनेत कमी असेल

(d) स्टेटरमधीललोखंडाचेनुकसानरोटरपेक्षाजास्तअसेल

62. 3-फेज इंडक्शन मोटर्सच्या बाबतीत, प्लगिंग म्हणजे

(a) स्टार्टरशिवाय मोटर थेट लाईनवर खेचणे

(b) हार्मोनिक्समुळे रोटरचे लॉकिंग

(c) रेट केलेल्या लोडपेक्षा जास्त लोडवर मोटर सुरू करणे

(d) जलदथांबण्यासाठीदोनपुरवठाटप्प्यांचीअदलाबदलकरणे

63. इंडक्शन मोटरसाठी वर्तुळ रेखाचित्र काढण्यासाठी खालीलपैकी कोणता डेटा आवश्यक आहे?

(a) फक्त रोटर चाचणी ब्लॉक करा

(b) केवळ लोड चाचणी नाही

(c) ब्लॉक रोटर चाचणी आणि नो-लोड चाचणी

(d) ब्लॉकरोटरचाचणी, नो-लोडचाचणीआणिस्टेटरप्रतिरोधचाचणी

64. थ्री-फेज इंडक्शन मोटर्समध्ये कधीकधी तांब्याच्या पट्ट्या रोटरमध्ये खोलवर ठेवल्या जातात

(a) सुरूहोणाराटॉर्कसुधारणे

(b) तांब्याचे नुकसान कमी करा

(c) कार्यक्षमता सुधारणे

(d) पॉवर फॅक्टर सुधारणे

65. थ्री-फेज इंडक्शन मोटरमध्ये

(a) सुरू असताना पॉवर फॅक्टर चालू असतानाच्या तुलनेत जास्त असतो

(b) चालूअसतानापॉवरफॅक्टरकमीआहे

(c) पॉवर फॅक्टर चालू असताना सारखाच सुरू होतो

66. इंडक्शन मोटरच्या ट्रान्सफॉर्मेशन रेशोचा vafcie द्वारे शोधला जाऊ शकतो

(a) फक्त ओपन-सर्किट चाचणी

(b) फक्तशॉर्ट-सर्किटचाचणी

(c) स्टेटर प्रतिकार चाचणी

(d) वरीलपैकी काहीही नाही

67. इंडक्शन मोटरच्या वर्तुळ आकृतीचे पॉवर स्केल यावरून आढळू शकते

(a) स्टेटर प्रतिकार चाचणी

(b) फक्त नो-लोड चाचणी

(c) फक्तशॉर्ट-सर्किटचाचणी

(d) वरील क्रमांक

68. इंडक्शन मोटरच्या टॉर्क/स्लिप वक्रचा आकार आहे

(a) पॅराबोला

(b) हायपरबोला

(c) आयताकृतीपॅराबोला

(d) सरळ रेषा

69. इंडक्शन मोटरला पुरवठा व्होल्टेजच्या 4% बदलामुळे अंदाजे बदल होईल

(a) रोटर टॉर्कमध्ये 4%

(b) रोटर टॉर्कमध्ये 8%

(c) रोटर टॉर्कमध्ये 12%

(d) रोटरटॉर्कमध्ये 16%

70. स्लिप रिंग इंडक्शन मोटरचा स्टेटिंग टॉर्क जोडून वाढवता येतो.

(a) रोटरला बाह्य इंडक्टन्स

(b) रोटरलाबाह्यप्रतिकार

(c) रोटरची बाह्य क्षमता

(d) रोटरला प्रतिरोध आणि इंडक्टन्स दोन्ही

71. 500 kW, 3-फेज, 440 व्होल्ट, 50 Hz, AC इंडक्शन मोटरचा पूर्ण लोडवर 960 rpm वेग असतो. मशीनमध्ये 6 पोल आहेत. मशीनची स्लिप असेल

(a) ०.०१

(b) ०.०२

(c) ०.०३

(d) ०.०४

72. इंड्युशन मोटरचे संपूर्ण वर्तुळ आकृतीच्या मदतीने काढता येते वरून डेटा सापडला

(a) नोलोड चाचणी

(6) अवरोधित रोटर चाचणी

(c) स्टेटर प्रतिकार चाचणी

(d) <u>वरीलसर्व</u>

73. गिलहरी-पिंजरा इंडक्शन मोटरमध्ये रोटर स्लॉट्सला सामान्यतः थोडासा स्क्यू दिला जातो

(a) <u>रोटरचीचुंबकीयहमीआणिलॉकिंगप्रवृत्तीकमीकरण्यासाठी</u>

(b) रोटर बारची तन्य शक्ती वाढवणे

(c) सुलभ बनावटीची खात्री करण्यासाठी

(d) वरीलपैकी काहीही नाही

74. चालू स्थितीत इंडक्शन मोटरमधील रोटरचा टॉर्क कमाल असतो

(a) स्लिपच्या एकक मूल्यावर

(b) स्लिपच्या शून्य मूल्यावर

(c) <u>स्लिपच्यामूल्यावरजेप्रतिफेजरोटरप्रतिक्रियेलाप्रतिफेजप्रतिरोधाप्रमाणेकरते</u>

(d) स्लिपच्या मूल्यावर जे रोटरची अभिक्रिया रोटरच्या अर्ध्या बनवते

75. स्टेटरचा फिरणारा प्रवाह आणि इंडक्शन मोटरच्या रोटरमधील सापेक्ष गती शून्य असल्यास काय होईल?

(a) मोटरची स्लिप 5% असेल

(b) <u>रोटरचालणारनाही</u>

(c) रोटर अतिशय वेगाने धावेल

(d) तयार होणारा टॉर्क खूप मोठा असेल

76. इंडक्शन मोटरसाठी वर्तुळ आकृती निर्धारित करण्यासाठी वापरली जाऊ शकत नाही

(a) <u>कार्यक्षमता</u>

(b) पॉवर फॅक्टर

(c) वारंवारता

(d) आउटपुट

77. इंडक्शन मोटर्सवर ब्लॉक केलेले रोटर चाचणी शोधण्यासाठी वापरली जाते

(a) गळती प्रतिक्रिया

(b) शॉर्ट सर्किटवर पॉवर फॅक्टर

(c) रेटेड व्होल्टेज अंतर्गत शॉर्ट-सर्किट प्रवाह

(d) <u>वरीलसर्व</u>

78. बॉल बेअरिंगसाठी वापरले जाणारे स्नेहक सामान्यतः असते
(a) ग्रेफाइट
(b) वंगण
(c) खनिज तेल
(d) मौल
79. इंडक्शन मोटर जेव्हा समकालिक वेगाने धावू शकते
(a) ते लोडवर चालवले जाते
(b) ते उलट दिशेने चालवले जाते
(c) हे रेट केलेल्या व्होल्टेजपेक्षा जास्त व्होल्टेजवर चालते
(d) रोटरसर्किटमध्येईएमएफइंजेक्टकेलेजाते
80. स्फोटक वायू असलेल्या खाणींमध्ये कोणती मोटर वापरण्यास प्राधान्य दिले जाते?
(a) एअरमोटर
(b) इंडक्शन मोटर
(c) DC शंट मोटर
(d) सिंक्रोनस मोटर
81. 3-फेज इंडक्शन मोटरने विकसित केलेला टॉर्क कमीतकमी अवलंबून असतो
(a) रोटर करंट
(b) रोटर पॉवर फॅक्टर
(c) रोटर emf
(d) शाफ्टव्यास
82. इंडक्शन मोटरमध्ये एअर-गॅप वाढल्यास
(a) पॉवरफॅक्टरकमीअसेल
(b) वाऱ्यामुळे होणारे नुकसान अधिक असेल
(c) बेअरिंग घर्षण कमी होईल
(d) इंडक्शन मोटरमध्ये तांब्याचे नुकसान कमी होईल
83. इंडक्शन मोटरमध्ये, टक्केवारी स्लिप अवलंबून असते
(a) पुरवठा वारंवारता
(b) पुरवठा व्होल्टेज
(c) मोटरमधीलतांब्याचेनुकसान
(d) वरीलपैकी काहीही नाही
85. दुहेरी पिंजरा इंडक्शन मोटरच्या बाबतीत, आतील पिंजरा असतो
(a) उच्चप्रेरणरखरखीतकमीप्रतिकार
(b) कमी प्रेरकता आणि उच्च प्रतिकार
(c) कमी प्रेरण आणि कमी प्रतिकार

(d) उच्च प्रेरण आणि उच्च प्रतिकार

86. इंडक्शन मोटरच्या कमी पॉवर फॅक्टरमुळे आहे

(a) रोटर गळती प्रतिक्रिया

(b) स्टेटर प्रतिक्रिया

(c) चुंबकीय प्रवाह निर्माण करण्यासाठी आवश्यक प्रतिक्रियाशील लॅगिंग मॅग्नेटायझिंग करंट

(d) वरीलसर्व

87. रोटर सर्किटमध्ये प्रतिक्रिया समाविष्ट करणे

(a) सुरुवातीचेटॉर्कतसेचकमालटॉर्ककमीकरते

(b) प्रारंभिक टॉर्क तसेच जास्तीत जास्त टॉर्क वाढवते

(c) सुरुवातीचे टॉर्क वाढवते परंतु कमाल-मम टॉर्क अपरिवर्तित राहतो

(d) सुरुवातीचा टॉर्क वाढवतो पण कमाल-मम टॉर्क कमी होतो

88. दिलेला टॉर्क विकसित करण्यासाठी इंडक्शन मोटरच्या रोटसीरमध्ये प्रतिकार समाविष्ट करणे

(a) रोटरचा प्रवाह कमी होतो

(b) रोटर प्रवाह वाढवते

(c) रोटर करंट शून्य होतो

(d) रोटरकरंटरेनेन्ससमान

89. उच्च जडत्व असलेल्या ड्रायव्हिंगसाठी इंडक्शन मोटरचा सर्वोत्तम प्रकार सुचवला आहे

(a) स्लिपरिंगप्रकार

(b) गिलहरी पिंजरा प्रकार

(c) वरीलपैकी कोणतेही

(d) वरीलपैकी काहीही नाही

90. तीन फेज इंडक्शन मोटरच्या स्टेटर विंडिंगचे तापमान आहे
द्वारे प्राप्त

(a) प्रतिकार वाढ पद्धत

(b) थर्मामीटर पद्धत

(c) एम्बेडेड तापमान पद्धत

(d) वरीलसर्वपद्धती

91. शॉर्ट-सर्किट गियर वापरण्याचा उद्देश आहे

(a) स्लिपरिंग्सवररोटरशॉर्टसर्किटकरण्यासाठी

(b) स्टार्टरमधील सुरुवातीच्या प्रतिकारांना शॉर्ट सर्किट करण्यासाठी

(c) तारा तयार करण्यासाठी मोटरच्या स्टेटर फेजला शॉर्ट सर्किट करणे

(d) वरीलपैकी काहीही नाही

92. एक गिलहरी पिंजरा मोटर मध्ये प्रेरित emf आहे

(a) शाफ्ट लोडिंगवर अवलंबून

(b) स्लॉटच्या संख्येवर अवलंबून

(c) रोटरमध्येस्लिपवेळास्टँडस्थिर emf प्रेरित

(d) वरीलपैकी काहीही नाही

93. बाबतीत कमी देखभाल समस्या अनुभवल्या जातात

(a) स्लिप रिंग इंडक्शन मोटर

(b) गिलहरीपिंजराइंडक्शनमोटर

(c) दोन्ही (a) आणि (b)

(d) वरीलपैकी काहीही नाही

94. एक गिलहरी पिंजरा इंडक्शन मोटर निवडली जात नाही तेव्हा

(a) प्रारंभिक खर्च हा मुख्य विचार आहे

(b) देखभाल खर्च कमी ठेवावा

(c) उच्चप्रारंभिकटॉर्कहामुख्यविचारआहे

(d) वरील सर्व बाबींचा समावेश आहे

95. कमी व्होल्टेज स्टार्टर सह वापरले जाऊ शकते

(a) स्लिप रिंग मोटर फक्त पण गिलहरी पिंजरा इंडक्शन मोटरसह नाही

(b) स्क्विरल केज इंडक्शन मोटर फक्त पण स्लिप रिंग मोटरसह नाही

(c) गिलहरीपिंजरातसेचस्लिपरिंगइंडक्शनमोटर

(d) वरीलपैकी काहीही नाही

96. स्लिप रिंग मोटरला गिलहरी पिंजरा इंडक्शन मोटरपेक्षा प्राधान्य दिले जाते जेथे

(a) उच्चप्रारंभिकटॉर्कआवश्यकआहे

(b) लोड टॉर्क हेवी आहे

(c) हेवी पुल आउट टॉर्क आवश्यक आहे

(d) वरील सर्व

97. इंडक्शन मोटरच्या स्टार-डेल्टा स्टार्टरमध्ये

(a) स्टेटरमध्ये रेझिस्टन्स घातला जातो

(b) कमी व्होल्टेज स्टेटरला लागू केले जाते

(c) रोटरमध्ये रेझिस्टन्स घातला जातो

(d) लागूकेलेलाव्होल्टेजपर्लस्टेटरफेजलाइनव्होल्टेजच्या 57.7% आहे

98. इंडक्शन मोटरचा टॉर्क आहे

(a) स्लिपच्याथेटप्रमाणात

(b) स्लिपच्या व्यस्त प्रमाणात

(c) स्लिपच्या चौरसाच्या प्रमाणात
(d) वरीलपैकी काहीही नाही
99. इंडक्शन मोटरचा रोटर येथे चालतो
(a) समकालिक गती
(b) समकालिकगतीखाली
(c) समकालिक गती वरील
(d) वरीलपैकी कोणतेही
100. थ्री फेज इंडक्शन मोटरचा स्टार्टिंग टॉर्क ने वाढवता येतो
(a) वाढती स्लिप
(b) वाढती प्रवाह
(c) दोन्ही (a) आणि (b)
(d) वरीलपैकी काहीही नाही
1. सिंक्रोनस मोटर्स साधारणपणे सेल्फ-स्टार्ट होत नाहीत कारण
(a) रोटेशनची दिशा निश्चित नाही
(b) अर्ध्याचक्रानंतरतात्काळटॉर्कचीदिशाउलटते
(c) या मशीनवर स्टार्ट वापरता येत नाही
(d) मशीनवर स्टार्टिंग वाइंडिंग प्रदान केलेले नाही
2. थ्री-फेज सिंक्रोनस मोटरचा एक टप्पा शॉर्ट सर्किट झाल्यास मोटर करेल
(a) सुरूनाही
(b) समकालिक वेगाने 2/3 धावा
(c) जास्त कंपनांसह धावणे
(d) रेट केलेल्या लोडपेक्षा कमी घ्या
3. पोनी मोटर मुळात ए
(a) लहानइंडक्शनमोटर
(b) DC मालिका मोटर
(c) DC शंट मोटर
(d) डबल वाइंडिंग एसी/डीसी मोटर
4. सिंक्रोनस मोटर सिंक्रोनस टॉर्क विकसित करू शकते
(a) लोड अंतर्गत असताना
(b) अतिउत्साहीत असताना
(c) फक्तसमकालिकवेगाने
(d) समकालिक गती खाली किंवा वर
5. सिंक्रोनस मोटर द्वारे सुरू केली जाऊ शकते
(a) पोनी मोटर

(b) DC कंपाऊंड मोटर

(c) डँपर वाइंडिंग प्रदान करणे

(d) <u>वरीलपैकीकोणतेही</u>

6. तीन-फेज सिंक्रोनस मोटर असेल

(a) स्लिप-रिंग नाहीत

(b) एक स्लिप-रिंग

(c) <u>दोनस्लिप-रिंग</u>

(d) तीन स्लिप-रिंग्ज

7. खालीलपैकी कोणत्या परिस्थितीत सिंक्रोनस मोटरची शिकार होण्याची शक्यता आहे?

(a) <u>लोडचीनियतकालिकभिन्नता</u>

(b) अतिउत्साह

(c) दीर्घ कालावधीसाठी ओव्हर-लोडिंग

(d) लहान आणि सतत भार

8. अनलोड केलेल्या ठळक पोल सिंक्रोनस मोटरची उत्तेजना अचानक डिस्कनेक्ट होते तेव्हा

(a) <u>मोटरथांबते</u>

(b) ती एकाच वेगाने एक अनिच्छा मोटर म्हणून चालते

(c) ते कमी वेगाने एक अनिच्छा मोटर म्हणून चालते

(d) वरीलपैकी काहीही नाही

9. जेव्हा V लागू व्होल्टेज असतो, तेव्हा समकालिक मोटरचा ब्रेकडाउन टॉर्क बदलतो

(अ) <u>व्ही</u>

(b) V312

(c) V2

(d) 1/V

10. लोड कोन असेल तेव्हा समकालिक मोटरद्वारे विकसित केलेली शक्ती जास्तीत जास्त असेल

(a) शून्य

(b) 45°

(c) <u>90°</u>

(d) 120°

11. सिंक्रोनस मोटर जेव्हा असेल तेव्हा सिंक्रोनस कॅपेसिटर म्हणून वापरली जाऊ शकते

(a) कमी भारित

(b) अतिभारित

(c) कमी-उत्तेजित

(d) <u>अतिउत्साहीत</u>

12. एक सिंक्रोनस मोटर सामान्य उत्तेजनासह लोडवर चालू आहे. आता मोटारीवरचा भार वाढला तर

(a) पॉवर फॅक्टर तसेच आर्मेचर करंट कमी होईल

(b) पॉवर फॅक्टर तसेच आर्मेचर करंट वाढेल

(c) पॉवर फॅक्टर वाढेल परंतु आर्मेचर करंट कमी होईल

(d) <u>पॉवरफॅक्टरकमीहोईलआणिआर्मेचरकरंटवाढेल</u>

13. बहुतेक, समकालिक मोटर्स असतात

(a) अल्टरनेटर प्रकारची मशीन

(6) इंडक्शन प्रकारची मशीन

(c) <u>मुख्यध्रुवप्रकारचीमशीन</u>

(d) गुळगुळीत दंडगोलाकार प्रकारची मशीन

14. सिंक्रोनस मोटर मूळतः स्वत: सुरू होत नाही कारण

(a) <u>रोटरलाएकाझटक्यातसमकालिकगतीनेगतीदेण्यासाठीआवश्यकबलअनुपस्थितआहे</u>

(b) रोटरला जवळ समकालिक गती वाढविण्याचे प्रारंभिक साधन अनुपस्थित आहे

(c) फिरणाऱ्या चुंबकीय क्षेत्रामध्ये पुरेसे ध्रुव नसतात

(d) फिरणारे चुंबकीय क्षेत्र केवळ 50 Hz फ्रिक्वेंसी करंट्सद्वारे तयार होते

15. सिंक्रोनस मोटरवर लोड लागू केल्यामुळे, मोटर अधिक आर्मेचर करंट घेते कारण

(a) वाढलेल्या भाराला अधिक विद्युत प्रवाह घ्यावा लागतो

(b) <u>रोटरचाटप्पामागेसरकल्यानेमोटारअधिकविद्युतप्रवाहघेते</u>

(c) मागील emf कमी होऊन मोटर करंटमध्ये वाढ होते

(d) रोटर फिरणारे क्षेत्र मजबूत करते ज्यामुळे अधिक मोटर प्रवाह येतो

16. सिंक्रोनस मोटर नेहमी चालते

(a) <u>समकालिकगती</u>

(b) समकालिक गतीपेक्षा कमी

(c) समकालिक गतीपेक्षा जास्त

(d) वरीलपैकी काहीही नाही

17. एक अति-उत्तेजित सिंक्रोनस मोटर घेते

(a) <u>अग्रगण्यप्रवाह</u>

(b) मागचा प्रवाह

(c) दोन्ही (a) आणि (b)

(d) वरीलपैकी काहीही नाही

18. सिंक्रोनस मोटरचे कार्य सारखेच आहे

(a) गियर ट्रेन व्यवस्था

(b) <u>शाफ्टद्वारेयांत्रिकशक्तीचेप्रसारण</u>

(c) वितरण ट्रान्सफॉर्मर

(d) टर्बाइन

(e) वरीलपैकी काहीही नाही

19. सिंक्रोनस मोटरचा किमान आर्मेचर प्रवाह येथे ऑपरेशनशी संबंधित आहे

(a) शून्य उर्जा घटक अग्रगण्य

(b) <u>युनिटीपॉवरफॅक्टर</u>

(c) 0.707 पॉवर फॅक्टर लॅगिंग

(d) 0.707 पॉवर फॅक्टर अग्रगण्य

20. सिंक्रोनस मोटरमध्ये, स्टेटर बॅक emf £& चे परिमाण यावर अवलंबून असते

(a) <u>फक्त dc उत्तेजना</u>

(b) मोटरचा वेग

(c) मोटरवर लोड

(d) गती आणि रोटर प्रवाह दोन्ही

21. जर 4-पोल सिंक्रोनस मोटरचा लोड (किंवा टॉर्क) कोन 6° इलेक्ट्रिकल असेल, तर त्याचे

यांत्रिक अंशांमध्ये मूल्य आहे

(a) २

(b) <u>३</u>

(c) ४

(d) ६

22. सिंक्रोनस मोटरसाठी V-वक्र साठी आलेख दरम्यान काढला आहे

(a) <u>फील्डकरंटआणिआर्मेचरकरंट</u>

(b) टर्मिनल व्होल्टेज आणि लोड फॅक्टर

(c) पॉवर फॅक्टर आणि फील्ड करंट

(d) आर्मेचर करंट आणि पॉवर फॅक्टर

23. सिंक्रोनस मोटरचा मागील ईएमएफ अवलंबून असतो

(a) वेग

(b) भार

(c) <u>लोडकोन</u>

(d) वरील सर्व

24. समकालिक मोटर येथे कार्य करू शकते

(a) फक्त लॅगिंग पॉवर फॅक्टर

(6) फक्त आघाडीचा पॉवर फॅक्टर
(c) फक्त युनिटी पॉवर फॅक्टर
(d) मागेपडणे, अग्रगण्यआणिएकताशक्तीघटक

25. सिंक्रोनस मोटरमध्ये लोडसह कोणते नुकसान बदलते?
(a) वाऱ्याचे नुकसान
(b) घर्षण नुकसान सहन करणे
(c) तांब्याचेनुकसान
(d) कोर नुकसान

26. सिंक्रोनस मोटर प्रदान करून सेल्फ स्टार्ट करता येते
(a) रोटरच्या खांबावर डँपर विंडिंग
(b) स्टेटरवर डँपर वाइंडिंग
(c) स्टेटर तसेच रोटरच्या खांबावर डँपर विंडिंग
(d) वरीलपैकीकाहीहीनाही

27. सिंक्रोनस मोटरमधील दोलन द्वारे ओलसर केले जाऊ शकतात
(a) सतत उत्तेजना राखणे
(b) आघाडीच्या उर्जा घटकांवर मोटर चालवणे
(c) रोटरपोलफेसमध्येडँपरबारप्रदानकरणे
(d) दोलनांना ओलसर करता येत नाही

28. सिंक्रोनस मोटरचा शाफ्ट बनलेला आहे
(a) सौम्यपोलाद
(b) क्रोम स्टील
(c) अल्निको
(d) स्टेनलेस स्टील

29. जेव्हा सिंक्रोनस मोटरचे फील्ड कमी-उत्तेजित असते, तेव्हा पॉवर फॅक्टर असेल
(a) अग्रगण्य
(b) मागेपडणे
(c) ऐक्य
(d) शून्य

30. सिंक्रोनस मोटरचे गती नियमन नेहमीच असते
(a) 1%
(b) ०.५%
(c) सकारात्मक
(d) शून्य

31. सिंक्रोनस मोटरच्या बाबतीत टक्केवारी स्लिप आहे

(a) 1%

(ब) 100%

(c) ०.५%

(d) <u>शून्य</u>

32. सिंक्रोनस मोटरची ऑपरेटिंग गती नवीन निश्चित मूल्यामध्ये बदलली जाऊ शकते

(a) भार बदलणे

(b) पुरवठा व्होल्टेज बदलणे

(c) <u>वारंवारताबदलणे</u>

(d) ब्रेक वापरणे

33. एक समकालिक मोटर केव्हा थांबेल

(a) पुरवठा व्होल्टेज चढ-उतार होते

(b) मोटरमधील भार बदलतो

(c) <u>उत्तेजनाविंडिंगडिस्कनेक्टहोते</u>

(d) पुरवठा व्होल्टेज वारंवारता बदलते9885859805

34. सिंक्रोनस मोटरमध्ये रिंटिंग होते

(a) जेव्हा पुरवठा व्होल्टेज चढ-उतार होते

(b) <u>जेव्हालोडबदलते</u>

(c) जेव्हा शक्ती घटक एकता असतो

(d) मोटर लोडखाली आहे

35. अतिउत्साहीत किंवा अतिउत्साहीत समकालिक *मोटरवरील लोड वाढल्यास, पॉवर फॅक्टरच्या तुलनेत आर्मेचर करंटच्या बदलाचा दर

(a) अधिक

(b) <u>कमी</u>

(c) समान

(d) दोनदा

36. सिंक्रोनस मोटरमध्ये रोटर कॉपरचे नुकसान द्वारे पूर्ण केले जाते

(a) <u>dc स्रोत</u>

(b) आर्मेचर इनपुट

(c) मोटर इनपुट

(d) पुरवठा ओळी

37. सिंक्रोनस मोटरमध्ये विकसित केलेली कमाल शक्ती च्या कपलिंग कोनात येते

(a) 30°

(b) 60°

(c) <u>90°</u>

(d) 180°

38. जेव्हा स्टेटर विंडिंग अशा पद्धतीने जोडले जातात की ध्रुवांची संख्या अर्धी केली जाते, तेव्हा समकालिक मोटरच्या रोटरचा वेग

(a) मूळ मूल्याप्रमाणेच राहते

(b) मूळ मूल्याच्या अर्ध्यापर्यंत कमी होते

(c) शून्य होते

(d) मूळमूल्याच्यादुप्पटवाढतो

39. खालीलपैकी कोणत्या मोटर्समध्ये स्टेटर आणि रोटरचे चुंबकीय क्षेत्र फिरते समान गती?

(a) युनिव्हर्सल मोटर

(b) सिंक्रोनसमोटर

(c) इंडक्शन मोटर

(d) अनिच्छा मोटर

40. सिंक्रोनस मशीनची सिंक्रोनाइझिंग पॉवर आहे

(a) समकालिक अभिक्रियासाठी थेट प्रमाणात

(b) समकालिकअभिक्रियाच्याव्यस्तप्रमाणात

(a) समकालिक प्रतिक्रिया समान

(d) वरीलपैकी काहीही नाही

41. सिंक्रोनस मोटर्स आहेत

(a) स्वतः चीसुरुवातनाही

(b) स्वतः ची सुरुवात

(c) मूलतः स्वतः ची सुरुवात

(d) वरीलपैकी काहीही नाही

42. सिंक्रोनस मोटर्ससाठी मानक पूर्ण-लोड पॉवर फॅक्टर रेटिंग आहेत

(a) शून्य किंवा 0.8 अग्रगण्य

(b) एकता किंवा 0.8 लॅगिंग

(c) एकताकिंवा 0.8 अग्रगण्य

(d) एकता किंवा शून्य

43. सामान्य उत्तेजिततेसह चालणारी समकालिक मोटर लोडशी जुळवून घेते, मूलतः वाढ होते.

(a) बॅक emf

(b) आर्मेचरकरंट

(c) पॉवर फॅक्टर

(d) टॉर्क कोन

44. समकालिक मोटरमध्ये समतुल्य इंडक्शन मोटरच्या तुलनेत चांगला पॉवर फॅक्टर असतो. हे प्रामुख्याने कारण आहे

(a) सिंक्रोनस मोटरला स्लिप नसते

(b) चुंबकीयक्षेत्रनिर्माणकरण्यासाठीस्टेटरपुरवठाआवश्यकनाही

(c) रोटरवरील यांत्रिक भार स्थिर राहतो

(d) सिंक्रोनस मोटरमध्ये मोठा एअरगॅप असतो

45. आघाडीच्या पॉवर फॅक्टरवर काम करणारी सिंक्रोनस मोटर म्हणून वापरली जाऊ शकते

(a) व्होल्टेज बूस्टर

(b) फेजअॅडव्हान्सर

(c) आवाज जनरेटर

(d) मेकॅनिकल सिंक्रोनायझर

46. स्लिप रिंग सहसा बनविल्या जातात

(a) कार्बन किंवा ग्रेफाइट

(b) पितळकिंवास्टील

(c) चांदी किंवा सोने

(d) तांबे किंवा अॅल्युमिनियम

47. एक ओव्हर एक्साईटेड सिंक्रोनस मोटर यासाठी वापरली जाते

(a) चढउतार भार

(b) व्हेरिएबल स्पीड लोड्स

(c) कमी टॉर्क लोड

(d) पॉवरफॅक्टरसुधारणा

48. सिंक्रोनस मोटरला लागू होणारा व्होल्टेज वाढल्यावर खालीलपैकी कोणते कमी होईल?

(a) स्टेटर फ्लक्स

(b) टॉर्क खेचा

(c) दोन्ही (a) आणि (b)

(d) वरीलपैकीकाहीहीनाही

51. योग्यरित्या डिझाइन केलेल्या सिंक्रोनस मोटरची कार्यक्षमता सहसा श्रेणीत असते

(अ) ६० ते ७०%

(ब) ७५ ते ८०%

(c) ८५ते९५%

(d) 99 ते 99.5%

52. ऑपरेटिंग तापमान मर्यादित करण्यासाठी इलेक्ट्रिकल मशीन योग्य असणे आवश्यक आहे

(a) व्होल्टेज रेटिंग

(b) वर्तमानरेटिंग

(c) पॉवर फॅक्टर

(d) गती

53. सिंक्रोनस मोटर कॅरीमध्ये स्लिप-रिंग्ज

(a) थेटप्रवाह

(b) पर्यायी प्रवाह

(c) वर्तमान नाही

(d) वरील सर्व

54. मोठ्या हवेच्या अंतरासह एक समकालिक मशीन आहे

(a) स्थिरता मर्यादेचे उच्च मूल्य

(6) अंतर्निहित नियमनचे एक लहान मूल्य

(c) उच्च सिंक्रोनाइझिंग पॉवर ज्यामुळे मशीन लोड व्हेरिएशनसाठी कमी संवेदनशील बनते

(d) वरीलसर्व

55. सिंक्रोनस मोटरच्या आर्मेचर करंटची उच्च मूल्ये आहेत

(a) केवळ उच्च उत्तेजना

(b) फक्त कमी उत्तेजना

(c) दोन्ही (a) आणि (b)

(d) वरीलपैकी काहीही नाही

56. स्थिर उत्तेजनासह चालू असलेल्या समकालिक मोटरमध्ये, जेव्हा भार तीन वेळा वाढविला जातो तेव्हा त्याचा टॉर्क कोन अंदाजे होतो

(a) एक तृतीयांश

(b) दोनदा

(c) तीनदा

(d) सहा वेळा

57. फिरणारे स्टेटर फ्लक्स आणि रोटर पोल यांच्यातील कोनाला _____ कोन म्हणतात.

(a) टॉर्क

(b) ओबडधोबड

(c) समक्रमण

(d) पॉवर फॅक्टर

58. सिंक्रोनस मोटर सुरू करण्यासाठी खालीलपैकी कोणती पद्धत वापरली जाते?

(a) डँपर वाइंडिंग

(b) स्टार-डेल्टा स्टार्टर

(c) स्टार-डेल्टास्टार्टरच्यासंयोगानेडँपरवाइंडिंग

(d) आर्मेचर सर्किटमध्ये रेझिस्टन्स स्टार्टर

५९. शिकार करताना सिंक्रोनस मशीनमध्ये रोटरचा वेग सिंक्रोनस वेगापेक्षा जास्त होतो तेव्हा डँपर बार विकसित होतात.

(a) प्रेरक मोटर टॉर्क

(b) इंडक्शनजनरेटरटॉर्क

(c) सिंक्रोनस मोटर टॉर्क

(d) डीसी मोटर टॉक

60. जखमेच्या गोल इंडक्शन मोटरवर सिंक्रोनस मोटरचा एक महत्वाचा फायदा म्हणजे

(a) त्याचापॉवरफॅक्टरइच्छेनुसारबदलूशकतो

(b) त्याची गती पुरवठा वारंवारतेपासून स्वतंत्र आहे

(c) त्याचा वेग अधिक सहजपणे नियंत्रित केला जाऊ शकतो

(d) वरीलपैकी काहीही नाही

61. पूर्ण भाराने चालणाऱ्या पॉलीफेस मल्टीपोलर सिंक्रोनस मोटर्समध्ये स्टेटरच्या संदर्भात रोटरचे यांत्रिक विस्थापन हे क्रमानुसार आहे.

(a) शून्य अंश

(b) दोन अंश

(c) पाचअंश

(d) दहा अंश

62. सिंक्रोनस मोटरचा पॉवर फॅक्टर म्हणजे युनिटी जेव्हा

(a) आर्मेचर करंट कमाल आहे

(b) आर्मेचरकरंटकिमानआहे

(c) आर्मेचर करंट शून्य आहे

(d) वरीलपैकी काहीही नाही

63. सिंक्रोनस मोटरच्या डीसी उत्तेजना बदलणे

(a) मोटरचे लागू व्होल्टेज

(b) मोटर गती

(c) मोटरनेकाढलेल्यापॉवरचापॉवरफॅक्टर

(d) वरीलपैकी कोणतेही

(e) वरील सर्व

64. इंडक्शन मोटर ॲक्शनद्वारे सिंक्रोनस मोटर सुरू करताना, फील्ड विंडिंग सहसा असते

(a) DC पुरवठ्याशी जोडलेले

(b) कमीप्रतिकारानेशॉर्टसर्किटकेलेले

(c) ओपन सर्किट ठेवले

(d) वरीलपैकी काहीही नाही

1. कॉइलचा गुणधर्म ज्याद्वारे विद्युत प्रवाह चालू असताना काउंटर ईएमएफ त्यात प्रेरित होतो

गुंडाळीच्या माध्यमातून बदल म्हणून ओळखले जाते

(a) स्व-प्रेरण

(b) म्युच्युअल इंडक्टन्स

(c) इंडक्टन्सला मदत करणारी मालिका

(d) क्षमता

2. इलेक्ट्रोमॅग्नेटिक इंडक्शनच्या फॅराडेच्या नियमांनुसार, एक emf मध्ये प्रेरित होतो कंडक्टर जेव्हाही ते

(a) चुंबकीय प्रवाहाला लंब आहे

(b) चुंबकीय क्षेत्रात स्थित आहे

(c) चुंबकीयप्रवाहकमीकरते

(d) चुंबकीय क्षेत्राच्या दिशेला समांतर हलते

3. खालीलपैकी कोणता सर्किट घटक इलेक्ट्रोमॅग्नेटिकमध्ये ऊर्जा साठवतो

फील्ड?

(a) अधिष्ठाता

(b) कंडेनसर

(c) व्हेरिएबल रेझिस्टर

(d) प्रतिकार

4. कॉइलचा इंडक्टन्स पुढील सर्व परिस्थितींशिवाय वाढेल

(a) जेव्हासमानसंख्येच्यावळणांसाठीअधिकलांबीप्रदानकेलीजाते

(6) जेव्हा कॉइलच्या वळणांची संख्या वाढते

(c) जेव्हा प्रत्येक वळणासाठी अधिक क्षेत्र प्रदान केले जाते

(d) जेव्हा कोरची पारगम्यता वाढते

5. कॉइलचे स्व-प्रेरण जास्त,

(a) त्याचे वेबर-वळण कमी

(b) प्रेरित emf कमी करा

(c) त्यातून निर्माण होणारा प्रवाह जास्त

(d) त्याद्वारेस्थिरविद्युतप्रवाहस्थापितकरण्यातअधिकविलंब

6. लोखंडी कॉइलमध्ये लोखंडी कोर काढून टाकला जातो ज्यामुळे कॉइल एअर कॉर्ड कॉइल बनते. गुंडाळी च्या inductance होईल

(a) वाढ

(b) कमी

(c) तसेच राहतील

(d) सुरुवातीला वाढ आणि नंतर कमी

7. एक ओपन कॉइल आहे

(a) शून्य प्रतिकार आणि प्रेरण

(b) अनंतप्रतिकारआणिशून्यप्रेरकता

(c) अमर्याद प्रतिकार आणि सामान्य प्रेरण

(d) शून्य प्रतिकार आणि उच्च इंडक्टन्स

8. वळणांची संख्या आणि प्रेरक कॉइलची कोर लांबी या दोन्ही दुप्पट आहेत. त्याचे स्व-प्रेरण असेल

(a) अप्रभावित

(b) दुप्पट

(c) अर्धवट

(d) चौपट

9. जर कंडक्टरमध्ये विद्युत प्रवाह वाढला तर लेन्झच्या नियमानुसार स्वयं-प्रेरित व्होल्टेज होईल

(a) वाढत्या विद्युत् प्रवाहास मदत करते

(b) चालू-भाड्याची रक्कम कमी करण्याकडे कल

(c) वाढत्याप्रवाहाच्याविरुद्धविद्युतप्रवाहनिर्माणकरा

(d) लागू व्होल्टेजला मदत करा

10. प्रेरित emf ची दिशा द्वारे शोधता येते

(a) लाप्लेसचा कायदा

(b) लेन्झचाकायदा

(c) फ्लेमिंगचा उजव्या हाताचा नियम

(d) किर्चहॉफचा व्होल्टेज कायदा

11. एअर-कोर कॉइल व्यावहारिकरित्या मुक्त आहेत

(a) हिस्टेरेसिसचे नुकसान

(b) एडी वर्तमान नुकसान

(c) दोन्ही (a) आणि (b)

(d) वरीलपैकी काहीही नाही

12. कंडक्टरमधील प्रेरित ईएमएफचे परिमाण यावर अवलंबून असते
(a) चुंबकीय क्षेत्राची प्रवाह घनता
(b) फ्लक्स कटचे प्रमाण
(c) फ्लक्स लिंकेजचे प्रमाण
(d) फ्लक्स-लिंकेजच्याबदलाचादर

13. दोन चुंबकीय जोडलेल्या कॉइलमधील परस्पर इंडक्टन्स यावर अवलंबून असते
(a) कोरची पारगम्यता
(b) त्यांच्या वळणांची संख्या
(c) त्यांच्या सामान्य गाभ्याचे क्रॉस-सेक्शनल क्षेत्र
(d) वरीलसर्व

14. लॅमिनेटेड लोह कोरमुळे एडी-करंट नुकसान कमी झाले आहे कारण
(a) कॉइलमध्ये कमी डीसी रेझिस्टन्ससह जास्त वायर वापरता येतात
(b) लॅमिनेशनएकमेकांपासूनइन्सुलेटेडआहेत
(c) चुंबकीय प्रवाह कोरच्या हवेच्या अंतरामध्ये केंद्रित आहे
(d) लॅमिनेशन लंबवत स्टॅक केलेले आहेत

15. प्रेरित emf आणि करंट नेहमी कारणाला विरोध करतात असा कायदा त्यांच्या उत्पादनामुळे आहे
(a) फॅराडे
(b) लेन्झ
(c) न्यूटन

16. खालीलपैकी कोणते इंडक्टन्सचे एकक नाही?
(a) हेन्री
(b) कुलॉम्ब/व्होल्टअँपिअर
(c) व्होल्ट सेकंद प्रति अँपिअर
(d) वरील सर्व

17. इंडक्टन्सच्या बाबतीत, करंट त्याच्या प्रमाणात आहे
(a) इंडक्टन्स ओलांडून व्होल्टेज
(b) चुंबकीयक्षेत्र
(c) दोन्ही (a) आणि (b)
(d) ना (a) किंवा (b)

18. खालीलपैकी कोणते सर्किट घटक सर्किटमधील बदलास विरोध करतील वर्तमान
(a) क्षमता
(b) इंडक्टन्स

(c) प्रतिकार

(d) वरील सर्व

19. पूर्णपणे प्रेरक सर्किटसाठी खालीलपैकी कोणते सत्य आहे?

(a) उघड शक्ती शून्य आहे

(b) सापेक्ष शक्ती शून्य आहे

(c) सर्किटचीवास्तविकशक्तीशून्यआहे

(d) सर्किटमध्ये असले तरीही कोणतीही कॅपेसिटन्स चार्ज होणार नाही

20. खालीलपैकी कोणते इंडक्टन्सचे एकक आहे?

(a) ओम

(b) हेन्री

(c) अँपिअर वळणे

(d) वेबर्स/मीटर

21. इंडक्टन्स 4H च्या कॉइलमध्ये 16 व्होल्टचा ईएमएफ प्रेरित केला जातो. बदलाचा दर

च्या वर्तमान असणे आवश्यक आहे

(a) 64 A/s

(b) 32 A/s

(c) 16 A/s

(d) 4 A/s

22. कॉइलच्या कोरची लांबी 200 मिमी असते. कॉइलची इंडक्टन्स 6 mH आहे. तर कोर लांबी दुप्पट आहे, इतर सर्व प्रमाण, समान राहिले आहे, अ

inductance असेल

(a) 3 mH

(b) 12 mH

(c) 24mH

(d) 48mH

23. दोन कॉइलचे सेल्फ इंडक्टन्स 8 mH आणि 18 mH आहेत. च्या सह-कार्यक्षमता असल्यास

कपलिंग 0.5 आहे, कॉइलचे म्युच्युअल इंडक्टन्स आहे

(a) 4 mH

(b) 5 mH

(c) 6 mH

(d) 12 mH

24. दोन कॉइलमध्ये 8 mH आणि 18 mH च्या इंडक्टन्स आहेत आणि कपलिंगचे सह-कार्यक्षमता आहे

0.5 चा. जर दोन कॉइल्स सीरीझ एडिंगमध्ये जोडलेले असतील तर एकूण इंडक्टन्स असेल

(a) 32 mH
(b) 38 mH
(c) 40 mH
(d) 48 mH

25. 200 टर्न कॉइलमध्ये 12 mH ची इंडक्टन्स असते. वळणांची संख्या असल्यास 400 वळणांपर्यंत वाढले, इतर सर्व प्रमाण (क्षेत्र, लांबी इ.) समान राहिले, इंडक्टन्स असेल

(a) 6 mH
(b) 14 mH
(c) 24 mH
(d) 48 mH

26. दोन कॉइलमध्ये 10 H आणि 2 H चे स्व-प्रेरण असते, म्युच्युअल इंडक्टन्स शून्य दोन कॉइल्स मालिकेत जोडलेले असल्यास, एकूण इंडक्टन्स असेल

(a) 6 एच
(b) 8 एच
(c) १२एच
(d) २४ एच

27. कॉइल 1 मधील विद्युत प्रवाहातील सर्व प्रवाह कॉइल 2 शी जोडल्यास, सह-कार्यक्षम

च्या कपलिंग असेल

(a) 2.0
(b) 1.0
(c) ०.५
(d) शून्य

28. नगण्य प्रतिकार असलेल्या कॉइलमध्ये 10 एमए सह 50V आहे. आगमनात्मक प्रतिक्रिया आहे

(a) 50 ohms
(b) 500 ohms
(c) 1000 ohms
(d) 5000 ohms

29. 2 मीटर लांबीचा कंडक्टर काटकोनात प्रवाहाच्या चुंबकीय क्षेत्राकडे जातो घनता 1 टेस्ला 12.5 m/s च्या वेगासह. कंडक्टरमध्ये प्रेरित emf असेल असणे

(a) 10 V

(6) 15 व्ही
(c) 25V
(d) 50V
30. लेन्झचा कायदा हा संवर्धनाच्या कायद्याचा परिणाम आहे
(a) प्रेरित विद्युत् प्रवाह
(b) शुल्क
(c) ऊर्जा
(d) प्रेरित emf
31. कंडक्टर 1.1 च्या चुंबकीय क्षेत्रामध्ये 60° च्या खाली 125 अँपिअर प्रवाह वाहून नेतो.
टेस्ला कंडक्टरवर बल असेल
जवळजवळ
(अ) ५० एन
(b) 120 N
(c) 240 N
(d) ४८० एन
32. 50 अँपिअरचा विद्युतप्रवाह वाहून नेणाऱ्या 3m लांबीच्या कंडक्टरवर काम करणारे बल शोधा
0.67 टेस्ला फ्लक्स घनता असलेल्या चुंबकीय क्षेत्राकडे काटकोनात.
(a) 100 N
(b) ४०० एन
(c) ६०० एन
(d) 1000 N
33. दोन एअर कोर कॉइलमधील कपलिंगचे सह-कार्यक्षमतेवर अवलंबून असते
(a) फक्त दोन कॉइलचे स्व-प्रेरण
(b) केवळ दोन कॉइलमधील परस्पर प्रेरण
(c) म्युच्युअलइंडक्टन्सआणिदोनकॉइलचेसेल्फइंडक्टन्स
(d) वरीलपैकी काहीही नाही
34. सरासरी 10 V चा व्होल्टेज 250 टर्न सोलेनॉइड मध्ये प्रेरित होतो
फ्लक्समध्ये बदल जो 0.5 सेकंदात होतो. एकूण प्रवाह बदल आहे
(a) 20 Wb
(b) 2 Wb
(c) 0.2 Wb
(d) 0.02 Wb
35. 500 टर्न सोलेनॉइड 60 V चा सरासरी प्रेरित व्होल्टेज विकसित करतो.

असा व्होल्टेज निर्माण करण्यासाठी वेळेच्या अंतरामध्ये 0.06 Wb चा प्रवाह बदल होणे आवश्यक आहे?

(a) ०.०१ से

(b) ०.१ से

(c) ०.५से

(d) 5 से

36. कोणत्या fpllowing inductor मध्ये सर्वात कमी एडी करंट तोटा असेल?

(a) एअरकोर

(b) लॅमिनेटेड लोह कोर

(c) लोह कोर

(d) चूर्ण केलेले लोह कोर

37. एक कॉइल 350 mV प्रेरित करते जेव्हा वर्तमान 1 A/s दराने बदलते. द इंडक्टन्सचे मूल्य आहे

(a) 3500 mH

(b) 350 mH

(c) 250 mH

(d) 150 mH

38. म्युच्युअल कपलिंगशिवाय मालिकेतील दोन 300 uH कॉइलमध्ये एकूण इंडक्टन्स आहे

(a) 300 uH

(b) 600 uH

(c) 150 uH

(d) 75 uH

39. एका सेकंदात 8 A वरून 12 A मध्ये बदलणारा विद्युत् प्रवाह कॉइलमध्ये 20 व्होल्ट प्रेरित करतो.

इंडक्टन्सचे मूल्य आहे

(a) 5 mH

(b) 10 mH

(c) 5 एच

(d) 10 एच

40. कोणते सर्किट घटक(ले) सर्किट करंटमधील बदलाला विरोध करतील?

(a) फक्त प्रतिकार

(b) केवळप्रेरण

(c) फक्त क्षमता

(d) इंडक्टन्स आणि कॅपेसिटन्स

41. इंडक्टरच्या चुंबकीय मार्गामध्ये क्रॅक निर्माण होईल
(a) अपरिवर्तित अधिष्ठाता
(b) वाढलेली अधिष्ठाता
(c) शून्य अधिष्ठाता
(d) कमीअधिष्ठाता

42. एक कॉइल लोखंडी कोरवर जखमेच्या आहे ज्यामध्ये विद्युत प्रवाह I. स्वयं-प्रेरित व्होल्टेज
गुंडाळी मध्ये प्रभावित होत नाही
(a) कॉइल करंटमधील फरक
(b) कॉइलमधीलव्होल्टेजमधीलफरक
(c) कॉइलच्या वळणांच्या संख्येत बदल
(d) चुंबकीय मार्गाचा प्रतिकार

1. चुंबकीय सर्किट्समध्ये सामान्यतः हवेतील अंतर घातला जातो
(a) mmf वाढवा
(b) प्रवाह वाढवा
(c) संपृक्तताप्रतिबंधितकरते
(d) वरीलपैकी काहीही नाही

2. फेरोमॅग्नेटिक सामग्रीची सापेक्ष पारगम्यता आहे
(a) एकापेक्षा कमी
(b) एकापेक्षा जास्त
(c) 10 पेक्षा जास्त
(d) 100 किंवा 1000 पेक्षाजास्त

3. चुंबकीय प्रवाहाचे एकक आहे
(a) हेन्री
(b) वेबर
(c) अँपेरिटर्न/वेबर
(d) अँपिअर/मीटर

4. चुंबकीय सर्किटमधील पारगम्यता इलेक्ट्रिक सर्किटमध्ये______ शी संबंधित असते.
(a) प्रतिकार
(b) प्रतिरोधकता
(c) चालकता
(d) आचरण

5. चुकीचे विधान दाखवा.

इलेक्ट्रिक मशीनमध्ये चुंबकीय गळती अवांछित आहे कारण ते

(a) त्यांचीउर्जाकार्यक्षमताकमीकरते

(b) त्यांचा उत्पादन खर्च वाढतो

(c) त्यांचे वजन वाढवते

(d) फ्रिंगिंग तयार करते

6. व्हॅक्यूमची सापेक्ष पारगम्यता आहे

(a) १

(b) 1 तास/मी

(c) 1/4JI

(d) 4n x 10-' H/m

7. स्थायी चुंबक सामान्यतः बनलेले असतात

(a) अल्निकोमिश्रधातु

(b) ॲल्युमिनियम

(c) कास्ट लोह

(d) लोह

8. कॉइलद्वारे साठवलेली उर्जा दुप्पट होते जेव्हा तिचा प्रवाह टक्केवारीने वाढतो.

(a) २५

(b) 50

(c) ४१.४

(d) 100

9. ते चुंबकीय पदार्थ आर्मेचर आणि ट्रान्सफॉर्मर बनवण्यासाठी सर्वात योग्य आहेत ज्या कोरांमध्ये ____ पारगम्यता आणि ______ हिस्टरसिस कमी आहे.

(a) उच्च, उच्च

(b) कमी, उच्च

(c) उच्च, कमी

(d) कमी, कमी

10. प्रेरक कॉइलद्वारे विद्युत प्रवाहाच्या वाढीचा दर कमाल आहे

(a) त्याच्या कमाल स्थिर मूल्याच्या 63.2% वर

(b) वर्तमानप्रवाहाच्यासुरूवातीस

(c) एक वेळ स्थिर झाल्यानंतर

(d) प्रवाहाच्या अंतिम कमाल मूल्याजवळ

11. जेव्हा कॉइलचे इंडक्टन्स आणि रेझिस्टन्स दोन्हीचे मूल्य दुप्पट केले जाते

(a) वेळस्थिरराहते

(b) विद्युत प्रवाहाच्या वाढीचा प्रारंभिक दर दुप्पट आहे

(c) अंतिम स्थिर प्रवाह दुप्पट आहे

(d) वेळ स्थिरांक अर्धा आहे

12. इंडक्टन्सच्या कॉइलद्वारे विद्युत् प्रवाहाच्या वाढीचा प्रारंभिक दर 10 H जेव्हा 200 V च्या DC पुरवठ्याशी अचानक जोडलेले आहे _______Vs

(a) 50

(b) २०

(c) ०.०५

(d) 500

13. चांगल्या चुंबकीय स्मरणशक्तीसाठी सामग्री असावी

(a) कमी हिस्टेरेसिस नुकसान

(b) उच्च पारगम्यता

(c) कमी धारणा

(d) उच्चधारणा

14. चालकता एकरूप आहे

(a) धारणा

(b) प्रतिरोधकता

(c) पारगम्यता

(d) अधिष्ठाता

15. चुंबकीय सामग्रीमध्ये हिस्टेरेसिसचे नुकसान प्रामुख्याने मुळे होते

(a) त्याचे चुंबकीकरण जलद उलटणे

(b) प्रवाह घनता चुंबकीय शक्तीच्या मागे आहे

(c) आण्विक घर्षण

(d) उच्चधारणा

16. हे साहित्य कायमस्वरूपी चुंबक बनवण्यासाठी योग्य आहे

_____ धारणा आणि _______ जबरदस्ती.

(a) कमी, उच्च

(b) उच्च, उच्च

(c) उच्च, कमी

(d) कमी, कमी

17. एखाद्या पदार्थाच्या हिस्टेरेसिस लूपचे क्षेत्रफळ मोठे असल्यास, यामध्ये हिस्टेरेसिसचे नुकसान होते.

साहित्य असेल

(a) शून्य

(b) लहान

(c) मोठा

(d) वरीलपैकी काहीही नाही

18. हार्ड स्टील कायम चुंबक बनवण्यासाठी योग्य आहे कारण

(a) त्यातचांगलेअवशिष्टचुंबकत्वआहे

(b) त्याच्या हिस्टेरेसिस लूपचे क्षेत्रफळ मोठे आहे

(c) त्याची यांत्रिक शक्ती जास्त आहे

(d) त्याची यांत्रिक शक्ती कमी आहे

19. सिलिकॉन स्टीलचा वापर इलेक्ट्रिकल मशीनमध्ये केला जातो कारण त्यात आहे

(a) कमी जबरदस्ती

(b) कमी धारणा

(c) कमीहिस्टेरेसिसनुकसान

(d) उच्च बळजबरी

20. आचरण सारखे आहे

(a) पारगम्यता

(b) अनिच्छा

(c) प्रवाह

(d) अधिष्ठाता

21. चुंबकीय प्रवाहाच्या निर्मितीला विरोध करणाऱ्या सामग्रीचा गुणधर्म आहे म्हणून ओळखले

(a) अनिच्छा

(b) चुंबकीय शक्ती

(c) पारगम्यता

(d) अनिच्छा

22. धारणक्षमतेचे एकक आहे

(a) वेबर

(b) वेबर/चौ. मी

(c) अँपिअर टर्न/मीटर

(d) अँपिअर वळण

23. अनिच्छेचा परस्पर संबंध आहे

(a) अनिच्छा

(b) पारगम्यता

(c) पारगम्यता

(d) संवेदनाक्षमता

24. चुंबकीय आणि इलेक्ट्रिक सर्किट्सची तुलना करताना, चुंबकीय सर्किटचा प्रवाह इलेक्ट्रिकल सर्किटच्या कोणत्या पॅरामीटरशी तुलना करता?

(a) Emf
(b) वर्तमान
(c) वर्तमान घनता
(d) चालकता
25. अनिच्छेचे एकक आहे
(a) मीटर/हेन्री
(b) हेन्री/मीटर
(c) हेन्री
(d) 1/हेन्री
26. फेराइट कोरमध्ये लोखंडी कोरपेक्षा कमी एडी करंट हानी असते कारण
(a) फेराइट्समध्येउच्चप्रतिकारअसतो
(b) फेराइट चुंबकीय असतात
(c) फेराइट्सची पारगम्यता कमी असते
(d) फेराइट्समध्ये उच्च हिस्टेरेसिस असते
27. हिस्टेरेसिसचे नुकसान कमीत कमी अवलंबून असते
(a) सामग्रीचे प्रमाण
(b) वारंवारता
(c) सामग्रीचा स्टीनमेट्झ गुणांक
(d) सभोवतालचेतापमान
28. लॅमिनेटेड कोर, इलेक्ट्रिकल मशीनमध्ये, कमी करण्यासाठी वापरले जातात
(a) तांब्याचे नुकसान
(b) एडीकरंटतोटा
(c) हिस्टेरेसिस नुकसान
(d) वरील सर्व
1. अर्धसंवाहक .... बंधांनी तयार होतो.
अ] सहसंयोजक
ब] इलेक्ट्रोव्हॅलेंट
क] समन्वय
ड] वरीलपैकी काहीही नाही
2. सेमीकंडक्टरमध्ये .... तापमानाचा प्रतिकार गुणांक असतो.
अ] सकारात्मक
ब] शून्य
क] नकारात्मक
ड] वरीलपैकी काहीही नाही

3. सर्वात जास्त वापरले जाणारे सेमीकंडक्टर म्हणजे ....

अ] जर्मेनियम

ब] <u>सिलिकॉन</u>

क] कार्बन

ड] सल्फर

6. शुद्ध सिलिकॉनची प्रतिरोधकता .... आहे.

A] 100 O सेमी

B] <u>6000 O सेमी</u>

क] 3 x 105 O मी

D] 6 x 10-8 O सेमी

7. जेव्हा शुद्ध अर्धसंवाहक गरम केले जाते तेव्हा त्याचा प्रतिकार ....

अ] वर जातो

ब] <u>खालीजातो</u>

क] तसाच राहतो

ड] सांगता येत नाही

8. अर्धसंवाहक क्रिस्टलची ताकद .... पासून येते.

अ] केंद्रकांमधील बल

ब] प्रोटॉनमधील बल

C] <u>इलेक्ट्रॉन-जोडीबंध</u>

ड] वरीलपैकी काहीही नाही

9. शुद्ध अर्धसंवाहकामध्ये पेंटाव्हॅलेंट अशुद्धता जोडली जाते तेव्हा ती .... बनते.

अ] एक इन्सुलेटर

ब] एक आंतरिक अर्धसंवाहक

C] p-प्रकार अर्धसंवाहक

ड] <u>n-प्रकारअर्धसंवाहक</u>

10. सेमीकंडक्टरमध्ये पेंटाव्हॅलेंट अशुद्धता जोडल्याने अनेक ....

अ] <u>मुक्तइलेक्ट्रॉन</u>

ब] छिद्र

क] व्हॅलेन्स इलेक्ट्रॉन्स

ड] बद्ध इलेक्ट्रॉन

11. पेंटाव्हॅलेंट अशुद्धता .... व्हॅलेन्स इलेक्ट्रॉन्स

अ] ३५

ब] <u>४</u>

क] ६

12. एन-टाइप सेमीकंडक्टर .... आहे.

अ] सकारात्मक शुल्क आकारले जाते

ब] नकारात्मक शुल्क आकारले जाते

C] विद्युतदृष्ट्यातटस्थ

ड] वरीलपैकी काहीही नाही

14. सेमीकंडक्टरमध्ये त्रिसंयोजक अशुद्धता जोडल्याने अनेक ....

अ] छिद्र

ब] मुक्त इलेक्ट्रॉन

क] व्हॅलेन्स इलेक्ट्रॉन्स

ड] बद्ध इलेक्ट्रॉन

15. सेमीकंडक्टरमधील छिद्राची व्याख्या .... अशी केली जाते.

अ] एक मुक्त इलेक्ट्रॉन

ब] इलेक्ट्रॉनजोडीबाँडचाअपूर्णभाग

C] एक मुक्त प्रोटॉन

ड] एक मुक्त न्यूट्रॉन

16. बाह्य सेमीकंडक्टरमधील अशुद्धता पातळी ही शुद्ध अर्धसंवाहकाची असते.

अ] 108 अणूंसाठी 10 अणू

ब] 108 अणूंसाठी 1 अणू

C] 104 अणूंसाठी 1 अणू

ड] 100 अणूंसाठी 1 अणू

17. शुद्ध सेमीकंडक्टरचे डोपिंग जसजसे वाढते तसतसे सेमीकंडक्टरचा मोठ्या प्रमाणात प्रतिकार ....

अ] तसाच राहतो

ब] वाढते

क] कमीहोते

ड] वरीलपैकी काहीही नाही

18. एक भोक आणि इलेक्ट्रॉन जवळ असतात ....

अ] एकमेकांना दूर सारणे

ब] एकमेकांनाआकर्षितकरा

क] एकमेकांवर कोणताही परिणाम होत नाही

ड] वरीलपैकी काहीही नाही

19. सेमीकंडक्टरमध्ये विद्युत प्रवाह ....मुळे होतो.

अ] फक्त छिद्र

ब] फक्त मुक्त इलेक्ट्रॉन

क] छिद्रआणिमुक्तइलेक्ट्रॉन

ड] वरीलपैकी काहीही नाही

20. थर्मल आंदोलनामुळे छिद्रे आणि मुक्त इलेक्ट्रॉन्सच्या यादृच्छिक हालचालीला .... म्हणतात.

अ] प्रसार

ब] दाब

क] आयनीकरण

ड] वरीलपैकी काहीही नाही

21. फॉरवर्ड बायस्ड pn जंक्शन डायोडचा क्रमाचा प्रतिकार असतो

अ] ठीकआहे

ब] ओ

क] मो

ड] वरीलपैकी काहीही नाही

22. pn जंक्शनला बायस फॉरवर्ड करण्यासाठी आवश्यक बॅटरी कनेक्शन्स आहेत ......

A] +ve टर्मिनलते p आणि -ve टर्मिनलते n

B] -ve टर्मिनल ते p आणि +ve टर्मिनल ते n

C] -ve टर्मिनल ते p आणि -ve टर्मिनल ते n

ड] वरीलपैकी काहीही नाही

23. जर्मेनियमसाठी pn जंक्शनवरील बॅरियर व्होल्टेज सुमारे .... आहे.

अ] 5 व्ही

ब] 3 व्ही

क] शून्य

ड] 3 व्ही

24. pn जंक्शनच्या क्षीणतेच्या प्रदेशात .... ची कमतरता आहे.

अ] स्वीकारणारा आयन

ब] छिद्रआणिइलेक्ट्रॉन

क] दाता आयन

ड] वरीलपैकी काहीही नाही

25. रिव्हर्स बायस pn जंक्शनमध्ये .... आहे

अ] अरुंद क्षीण थर

ब] जवळजवळवर्तमाननाही

C] अत्यंत कमी प्रतिकार

ड] मोठा विद्युत प्रवाह

26. A pn जंक्शन .... म्हणून कार्य करते.

अ] नियंत्रित स्विच

ब] द्विदिशात्मक स्विच

C] <u>युनिडायरेक्शनलस्विच</u>

ड] वरीलपैकी काहीही नाही

27. रिव्हर्स बायस्ड pn जंक्शनला च्या ऑर्डरचा प्रतिकार असतो

ठीक आहे

ब] ओ

क] <u>मो</u>

ड] वरीलपैकी काहीही नाही

28. pn जंक्शन ओलांडून गळती करंट ....मुळे आहे.

अ] <u>अल्पसंख्याकवाहक</u>

ब] बहुसंख्य वाहक

क] जंक्शन कॅपेसिटन्स

ड] वरीलपैकी काहीही नाही

29. बाह्य अर्धसंवाहकाचे तापमान वाढल्यावर त्याचा स्पष्ट परिणाम होतो...

अ] जंक्शन कॅपेसिटन्स

ब] <u>अल्पसंख्याकवाहक</u>

क] बहुसंख्य वाहक

ड] वरीलपैकी काहीही नाही

30. पीएन जंक्शनला फॉरवर्ड बायससह, डिप्लेशन लेयरची रुंदी ....

अ] <u>कमीहोते</u>

ब] वाढते

क] तसाच राहतो

ड] वरीलपैकी काहीही नाही

31. पीएन जंक्शनमधील गळती करंट क्रमाने आहे

अ] आ

ब] mA

क] का

D] <u>µA</u>

32. आंतरिक सेमीकंडक्टरमध्ये मुक्त इलेक्ट्रॉनची संख्या ....

अ] <u>छिद्रांचीसंख्यासमानआहे</u>

ब] छिद्रांच्या संख्येपेक्षा जास्त आहे

क] छिद्रांच्या संख्येपेक्षा कमी आहे

ड] वरीलपैकी काहीही नाही

33. खोलीच्या तपमानावर, एक आंतरिक अर्धसंवाहक .... असतो.

अ] अनेक छिद्रे फक्त

ब] काहीमुक्तइलेक्ट्रॉनआणिछिद्रे

C] अनेक मुक्त इलेक्ट्रॉन फक्त

ड] छिद्र किंवा मुक्त इलेक्ट्रॉन नाहीत

34. निरपेक्ष तपमानावर, एक आंतरिक अर्धसंवाहक .... असतो.

अ] काही मुक्त इलेक्ट्रॉन

ब] अनेक छिद्रे

C] अनेक मुक्त इलेक्ट्रॉन

ड] छिद्रकिंवामुक्तइलेक्ट्रॉननाहीत

35. खोलीच्या तपमानावर, एक आंतरिक सिलिकॉन क्रिस्टल अंदाजे ...... म्हणून कार्य करते.

अ] एक बॅटरी

ब] एक कंडक्टर

क] एकविद्युतरोधक

ड] तांब्याच्या ताराचा तुकडा

1. ट्रान्झिस्टरमध्ये .... असतो

अ] एक pn जंक्शन

ब] दोन pn जंक्शन

C] तीन pn जंक्शन

ड] चार pn जंक्शन

2. ट्रान्झिस्टरमधील क्षीण थरांची संख्या .... आहे.

अ] चार

ब] तीन

सुळका

ड] दोन

3. ट्रान्झिस्टरचा पाया .... डोप केलेला असतो

अ] भारी

ब] माफक प्रमाणात

क] हलके

D] वरीलपैकी काहीही नाही

4. ट्रान्झिस्टरमध्ये सर्वात मोठा आकार असणारा घटक म्हणजे ....

अ] संग्राहक

ब] आधार

क] उत्सर्जक

ड] कलेक्टर-बेस-जंक्शन

5. pnp ट्रान्झिस्टरमध्ये, वर्तमान वाहक .... आहेत.

अ] स्वीकारणारा आयन

ब] दाता आयन

C] मुक्त इलेक्ट्रॉन

ड] <u>छिद्र</u>

6. ट्रान्झिस्टरचा संग्राहक .... आहे. डोप केलेले

अ] भारी

ब] <u>माफकप्रमाणात</u>

क] हलके

D] वरीलपैकी काहीही नाही

7. ट्रान्झिस्टर हे .... ऑपरेट केलेले उपकरण आहे

अ] <u>प्रवाह</u>

ब] व्होल्टेज

C] व्होल्टेज आणि करंट दोन्ही

D] वरीलपैकी काहीही नाही

8. एनपीएन ट्रान्झिस्टरमध्ये, ... अल्पसंख्याक वाहक आहेत

अ] मुक्त इलेक्ट्रॉन

ब] <u>छिद्र</u>

क] दाता आयन

डी] स्वीकारणारा आयन

9. ट्रान्झिस्टरचा उत्सर्जक .... डोप केलेला असतो

अ] हलकेच

ब] <u>भारी</u>

क] माफक प्रमाणात

D] वरीलपैकी काहीही नाही

10. ट्रान्झिस्टरमध्ये, बेस करंट हा एमिटर करंटच्या .... इतका असतो

अ] २५%

ब] २०%

क] ३५%

ड] <u>५%</u>

11. ट्रान्झिस्टरच्या बेस-एमिटर जंक्शन्सवर, एखाद्याला .... आढळते.

अ] एक उलट पूर्वाग्रह

ब] एक विस्तृत क्षीण थर

क] <u>कमीप्रतिकार</u>

D] वरीलपैकी काहीही नाही

12. ट्रान्झिस्टरचा इनपुट प्रतिबाधा .... आहे.

उंच

ब] <u>कमी</u>

क] खूप उच्च

ड] जवळजवळ शून्य

13. एमिटर मधील बहुतेक बहुसंख्य वाहक ....

अ] बेसमध्ये पुन्हा एकत्र करा

ब] एमिटरमध्ये पुन्हा एकत्र करा

क] <u>बेसप्रदेशातूनकलेक्टरकडेजा</u>

D] वरीलपैकी काहीही नाही

14. सध्याची IB .... आहे.

अ] <u>इलेक्ट्रॉनप्रवाह</u>

ब] भोक प्रवाह

क] दाता आयन करंट

डी] स्वीकारणारा आयन प्रवाह

15. ट्रान्झिस्टरमध्ये ....

A] IC = IE + IB

B] IB = IC + IE

C] IE = IC – IB

D] <u>IE = IC + IB</u>

16. ट्रान्झिस्टरचे a चे मूल्य .... आहे.

अ] १ पेक्षा जास्त

ब] <u>१पेक्षाकमी</u>

क] १

D] वरीलपैकी काहीही नाही

17. IC = aIE + ...

A] IB

ब] आयसीईओ

C] <u>ICBO</u>

ड] ßIB

18. ट्रान्झिस्टरचा आउटपुट प्रतिबाधा .... आहे.

अ] <u>उच्च</u>

ब] शून्य

क] कमी

ड] खूप कमी

19. टॅन्सिस्टरमध्ये, IC = 100 mA आणि IE = 100.2 mA. ß चे मूल्य .... आहे.

अ] 100

ब] 50

क] सुमारे १

ड] 200

20. ट्रान्झिस्टरमध्ये जर ß = 100 आणि कलेक्टर करंट 10 mA असेल, तर IE आहे ....

A] 100 mA

ब] 100.1 mA

C] 110 mA

D] वरीलपैकी काहीही नाही

२१. ß आणि a मधील संबंध .... आहे.

A] ß = 1 / (1 – a)

B] ß = (1 – a) / a

C] ß = a / (1 – a)

D] ß = a / (1 + a)

22. ट्रान्झिस्टरसाठी ß चे मूल्य साधारणपणे .... असते.

अ] 1 पेक्षा कमी

ब] 20 ते 500 दरम्यान

क] ५००च्यावर

23. सर्वात जास्त वापरलेली ट्रान्झिस्टर व्यवस्था .... व्यवस्था आहे

अ] सामान्यउत्सर्जक

ब] सामान्य आधार

क] सामान्य संग्राहक

D] वरीलपैकी काहीही नाही

24. ....व्यवस्था मध्ये जोडलेल्या ट्रान्झिस्टरची इनपुट प्रतिबाधा सर्वोच्च आहे

अ] सामान्य उत्सर्जक

ब] सामान्यसंग्राहक

क] सामान्य आधार

D] वरीलपैकी काहीही नाही

25. .... मध्ये जोडलेल्या ट्रान्झिस्टरचा आउटपुट प्रतिबाधा.

अ] व्यवस्था सर्वोच्च आहे

ब] सामान्य उत्सर्जक

क] सामान्यसंग्राहक

ड] सामान्य आधार

वरीलपैकी काहीही नाही

26. a मधील इनपुट आणि आउटपुट व्होल्टेजमधील फेज फरक

सामान्य आधार व्यवस्था .... आहे.

अ] 180 ओ

ब] 90 ओ

C] 270o

D] 0o

27. .... मध्ये जोडलेल्या ट्रान्झिस्टरमधील पॉवर गेन. व्यवस्था सर्वोच्च आहे

अ] सामान्यउत्सर्जक

ब] सामान्य आधार

C] सामान्य संग्राहक

D] वरीलपैकी काहीही नाही

28. a च्या इनपुट आणि आउटपुट व्होल्टेजमधील फेज फरक

सामान्य उत्सर्जक व्यवस्थेत जोडलेले ट्रान्झिस्टर .... आहे.

A] 0o

ब] 180 ओ

C] 90o

D] 270o

29. .... मध्ये जोडलेल्या ट्रान्झिस्टरमधील व्होल्टेज वाढणे. व्यवस्था सर्वोच्च आहे

अ] सामान्य आधार

ब] सामान्य संग्राहक

C] सामान्यउत्सर्जक

D] वरीलपैकी काहीही नाही

30. ट्रान्झिस्टरचे तापमान जसजसे वाढते तसतसे बेस-एमिटर प्रतिरोध ....

अ] कमीहोते

ब] वाढते

क] तसाच राहतो

D] वरीलपैकी काहीही नाही

31. कॉमन कलेक्टरमध्ये जोडलेल्या ट्रान्झिस्टरचा व्होल्टेज वाढणे

अ] व्यवस्था आहे ....

ब] १ च्या समान

C] 10 पेक्षा जास्त

ड] <u>1 पेक्षाजास्त 100 कमी</u>

32. कॉमन कलेक्टर व्यवस्थेमध्ये जोडलेल्या ट्रान्झिस्टरच्या इनपुट आणि आउटपुट व्होल्टेजमधील फेज फरक .... आहे.

अ] 180 ओ

ब] <u>0o</u>

C] 90o

D] 270o

33. IC = ß IB + ...

अ] ICBO

ब] आयसी

क] <u>आयसीईओ</u>

डी] aIE

34. IC = [a / (1 – a)] IB + ...

अ] <u>आयसीईओ</u>

ब] ICBO

क] आयसी

D] (1 – a) IB

35. IC = [a / (1 – a)] IB + [........ / (1 – a)]

अ] <u>ICBO</u>

ब] आयसीईओ

क] आयसी

ड] IE

36. BC 147 ट्रान्झिस्टर सूचित करतो की ते ....पासून बनलेले आहे.

अ] जर्मेनियम

ब] <u>सिलिकॉन</u>

C] कार्बन

D] वरीलपैकी काहीही नाही

37. ICEO = (.........) ICBO

अ] ß1

ब] + अ

क] <u>1 + ß</u>

D] वरीलपैकी काहीही नाही

38. सीबी मोडमध्ये ट्रान्झिस्टर जोडलेले आहे. जर ते CE मोडमध्ये समान बायस व्होल्टेजसह कनेक्ट केलेले नसेल, तर IE, IB आणि IC ची मूल्ये .... होतील.

अ] तसाचराहतो

ब] वाढ

क] घट

D] वरीलपैकी काहीही नाही

39. a चे मूल्य 0.9 असल्यास, ß चे मूल्य .... आहे.

अ] ९

ब] ०.९

क] 900

ड] 90

40. ट्रान्झिस्टरमध्ये, ... सर्किटमधून सिग्नल हस्तांतरित केला जातो

अ] कमी प्रतिकार करण्यासाठी उच्च प्रतिकार

ब] उच्चप्रतिकारकरण्यासाठीकमीप्रतिकार

सी] उच्च प्रतिकार उच्च प्रतिकार

ड] कमी प्रतिकार कमी प्रतिकार

41. ट्रान्झिस्टरच्या चिन्हातील बाण दिशा दर्शवतो
च्या ....

अ] उत्सर्जक मध्ये इलेक्ट्रॉन प्रवाह

ब] संग्राहकामध्ये इलेक्ट्रॉन प्रवाह

C] उत्सर्जकमध्येछिद्रप्रवाह

ड] दाता आयन करंट

42. CE व्यवस्थेतील गळती करंट .... आहे. की सीबी व्यवस्थेत

अ] पेक्षाजास्त

ब] पेक्षा कमी

क] समान

D] वरीलपैकी काहीही नाही

43. सामान्यतः ट्रान्झिस्टरसह उष्मा सिंकचा वापर ....

अ] फॉरवर्ड करंट वाढवा

ब] फॉरवर्ड करंट कमी करा

C] अत्यधिक डोपिंगची भरपाई

डी] तापमानातजास्तवाढहोण्यासप्रतिबंधकरा

44. उत्पादनात सर्वात जास्त वापरले जाणारे सेमीकंडक्टर a
ट्रान्झिस्टर आहे ....

अ] जर्मेनियम

ब] <u>सिलिकॉन</u>

C] कार्बन

D] वरीलपैकी काहीही नाही

45. ट्रान्झिस्टरमधील कलेक्टर-बेस जंक्शनमध्ये ....

अ] नेहमी फॉरवर्ड बायस

ब] <u>प्रत्येकवेळीउलटपूर्वाग्रह</u>

क] कमी प्रतिकार

D] वरीलपैकी काहीही नाही

1. ट्यून केलेला ॲम्प्लीफायर .... वापरतो. भार

अ] प्रतिरोधक

ब] कॅपेसिटिव्ह

क] <u>LC टाकी</u>

ड] आगमनात्मक

2. ट्यून केलेले ॲम्प्लीफायर साधारणपणे .... मध्ये चालवले जाते. ऑपरेशन

अ] वर्ग अ

ब] <u>वर्गक</u>

क] वर्ग ब

ड] वरीलपैकी काहीही नाही

3. ट्यून्ड ॲम्प्लिफायर .... ऍप्लिकेशन्समध्ये वापरला जातो

अ] <u>रेडिओवारंवारता</u>

ब] कमी वारंवारता

C] ऑडिओ वारंवारता

ड] वरीलपैकी काहीही नाही

4. .... kHz वरील फ्रिक्वेन्सीला रेडिओ फ्रिक्वेन्सी म्हणतात

अ] २१

ब] ०

क] 50

ड] <u>200</u>

6. ट्यून केलेल्या ॲम्प्लीफायरचा व्होल्टेज गेन .... आहे. अनुनाद वारंवारता वर

अ] किमान

ब] <u>कमाल</u>

क] कमाल आणि किमान दरम्यान अर्धा मार्ग

ड] शून्य

7. समांतर रेझोनान्सवर, रेषा प्रवाह .... आहे.

अ] किमान

ब] कमाल

क] बराच मोठा

ड] वरीलपैकी काहीही नाही

8. मालिका रेझोनान्समध्ये, सर्किट .... प्रतिबाधा देते

अ] शून्य

ब] कमाल

क] किमान

ड] वरीलपैकी काहीही नाही

9. रेझोनंट सर्किटमध्ये .... घटक असतात

A] R आणि L फक्त

B] R आणि C फक्त

क] फक्त आर

D] L आणि C

10. मालिका किंवा समांतर रेझोनान्समध्ये, सर्किट .... लोड म्हणून वागते

अ] कॅपेसिटिव्ह

ब] प्रतिरोधक

क] आगमनात्मक

ड] वरीलपैकी काहीही नाही

11. मालिका रेझोनान्सच्या वेळी, एल ओलांडून व्होल्टेज .... आहे. सी ओलांडून व्होल्टेज

A] च्याबरोबरीच्यापणटप्प्यातविरुद्ध

ब] च्या बरोबरीने पण टप्प्यात

C] पेक्षा मोठे पण सह टप्प्यात

D] पेक्षा कमी पण सह टप्प्यात

12. जेव्हा L किंवा C एकतर वाढवले जाते, तेव्हा LC सर्किटची रेझोनंट वारंवारता ....

अ] तसाच राहतो

ब] वाढते

क] कमीहोते

ड] अपुरा डेटा

13. समांतर रेझोनान्समध्ये, निव्वळ प्रतिक्रियात्मक घटक सर्किट करंट .... आहे.

अ] कॅपेसिटिव्ह

ब] शून्य

क] आगमनात्मक

ड] वरीलपैकी काहीही नाही

14. समांतर रेझोनान्समध्ये, सर्किट प्रतिबाधा .... आहे.

A] C/LR

B] R/LC

C] CR/L

D] L/CR

15. समांतर LC सर्किटमध्ये, इनपुट सिग्नल फ्रिक्वेंसी रेझोनंट फ्रिक्वेंसीपेक्षा वाढल्यास ....

A] XL वाढतेआणि XC कमीहोते

ब] XL कमी होते आणि XC वाढते

C] XL आणि XC दोन्ही वाढतात

D] XL आणि XC दोन्ही कमी होतात

16. LC सर्किटचा Q ....ने दिला आहे.

A] 2pfr x R

B] R/2pfrL

क] 2pfrL/R

D] R2/2pfrL

17. जर LC सर्किटचा Q वाढला, तर बँडविड्थ ....

अ] वाढते

ब] कमीहोते

क] तसाच राहतो

ड] अपुरा डेटा

18. मालिका रेझोनान्समध्ये, सर्किट करंटचा निव्वळ प्रतिक्रियात्मक घटक .... आहे.

अ] शून्य

ब] प्रेरक

क] कॅपेसिटिव्ह

ड] वरीलपैकी काहीही नाही

19. L/CR ची परिमाणे .... आहेत.

अ] फराड

ब] हेन्री

क] <u>ओम</u>

ड] वरीलपैकी काहीही नाही

20. समांतर LC सर्किटचे L/C गुणोत्तर वाढल्यास, सर्किटचा Q ....

अ] कमी झाले आहे

ब] <u>वाढलेआहे</u>

क] तसाच राहतो

ड] वरीलपैकी काहीही नाही

21. मालिका रेझोनान्समध्ये, लागू व्होल्टेज आणि सर्किटमधील फेज कोन .... आहे.

A] 90o

ब] 180 ओ

C] <u>0o</u>

ड] वरीलपैकी काहीही नाही

22. समांतर रेझोनान्समध्ये, L/C गुणोत्तर .... आहे.

अ] <u>खूपमोठा</u>

ब] शून्य

क] लहान

ड] वरीलपैकी काहीही नाही

23. ट्यून केलेल्या सर्किटचा प्रतिकार वाढल्यास, सर्किटचा Q ....

अ] वाढले आहे

ब] <u>कमीझालेआहे</u>

क] तसाच राहतो

ड] वरीलपैकी काहीही नाही

24. ट्यून केलेल्या सर्किटचा Q .... च्या गुणधर्माचा संदर्भ देतो.

अ] संवेदनशीलता

ब] निष्ठा

क] <u>निवडकता</u>

ड] वरीलपैकी काहीही नाही

25. समांतर रेझोनान्समध्ये, लागू व्होल्टेज आणि सर्किट करंटमधील फेज कोन .... आहे.

A] 90o

ब] 180 ओ

C] <u>0o</u>

ड] वरीलपैकी काहीही नाही

26. समांतर LC सर्किटमध्ये, सिग्नल फ्रिक्वेंसी रेझोनंट फ्रिक्वेंसीपेक्षा कमी झाल्यास ....

A] XL कमीहोतेआणि XC वाढते

ब] XL वाढते आणि XC कमी होते

C] रेषा प्रवाह किमान होतो

ड] वरीलपैकी काहीही नाही

27. मालिका अनुनाद मध्ये, ... आहे

अ] व्होल्टेजप्रवर्धन

ब] वर्तमान प्रवर्धन

C] व्होल्टेज आणि वर्तमान प्रवर्धन दोन्ही

ड] वरीलपैकी काहीही नाही

28. ट्यून केलेल्या ॲम्प्लीफायरचा Q साधारणपणे .... असतो.

अ] ५ पेक्षा कमी

ब] 10 पेक्षा कमी

क] 10 पेक्षाजास्त

ड] वरीलपैकी काहीही नाही

29. ट्यून केलेल्या ॲम्प्लीफायरचा Q 50 आहे. जर ॲम्प्लिफायरची रेझोनंट वारंवारता 1000kHZ असेल, तर बँडविड्थ .... आहे.

अ] 10kHz

ब] 40 kHz

C] 30 kHz

डी] 20 kHz

30. वरील प्रश्नात, कट ऑफ फ्रिक्वेन्सीची मूल्ये काय आहेत?

A] 140 kHz, 60 kHz

ब] 1020 kHz, 980 kHz

C] 1030 kHz, 970 kHz

ड] वरीलपैकी काहीही नाही

31. रेझोनंट फ्रिक्वेन्सीच्या वरच्या फ्रिक्वेन्सीसाठी, एक समांतर LC सर्किट .... म्हणून वागते. भार

अ] कॅपेसिटिव्ह

ब] प्रतिरोधक

क] आगमनात्मक

ड] वरीलपैकी काहीही नाही

32. समांतर अनुनाद मध्ये, ... आहे.

अ] व्होल्टेज आणि वर्तमान प्रवर्धन दोन्ही

ब] व्होल्टेज प्रवर्धन

क] <u>वर्तमानप्रवर्धन</u>

ड] वरीलपैकी काहीही नाही

33. रेझोनंट फ्रिक्वेन्सीच्या खाली असलेल्या फ्रिक्वेन्सीसाठी, मालिका एलसी सर्किट .... लोड म्हणून वागते

अ] प्रतिरोधक

ब] <u>कॅपेसिटिव्ह</u>

क] आगमनात्मक

ड] वरीलपैकी काहीही नाही

34. जर उच्च प्रमाणात निवडकता हवी असेल, तर दुहेरी-ट्यून केलेले सर्किट .... असावे. जोडणी

अ] <u>सैल</u>

ब] घट्ट

क] गंभीर

ड] वरीलपैकी काहीही नाही

35. दुहेरी ट्यून्ड सर्किटमध्ये, दोन ट्यून केलेल्या सर्किट्समधील म्युच्युअल इंडक्टन्स कमी झाल्यास, रेझोनान्स वक्र पातळी ....

अ] तसाच राहतो

ब] खालावली आहे

क] <u>उठवलेआहे</u>

ड] वरीलपैकी काहीही नाही

36. रेझोनंट फ्रिक्वेन्सीच्या वरच्या फ्रिक्वेन्सीसाठी, मालिका एलसी सर्किट .... लोड म्हणून वागते.

अ] प्रतिरोधक

ब] <u>प्रेरक</u>

क] कॅपेसिटिव्ह

ड] वरीलपैकी काहीही नाही

37. दुहेरी ट्यून केलेले सर्किट .... मध्ये वापरले जातात. रेडिओ रिसीव्हरचे टप्पे

अ] <u>जर</u>

ब] ऑडिओ

क] आउटपुट

ड] वरीलपैकी काहीही नाही

38. क्लास सी ॲम्प्लिफायर नेहमी चालवतो .... भार

अ] शुद्ध प्रतिरोधक

ब] शुद्ध प्रेरक

क] एक शुद्ध कॅपेसिटिव्ह

ड] <u>एकरेझोनंटटाकी</u>

39. ट्यून केलेले क्लास सी ॲम्प्लिफायर .... च्या RF सिग्नलसाठी वापरले जातात.

अ] कमी शक्ती

ब] उच्च शक्ती

क] खूप उच्च शक्ती

ड] <u>वरीलपैकीकाहीहीनाही</u>

40. रेझोनंट फ्रिक्वेन्सीच्या खाली असलेल्या फ्रिक्वेन्सीसाठी, समांतर एलसी सर्किट .... लोड म्हणून वागते

अ] <u>प्रेरक</u>

ब] प्रतिरोधक

क] कॅपेसिटिव्ह

ड] वरीलपैकी काहीही नाही

1. रेडिओ रिसीव्हरमध्ये .... प्रवर्धन असते

अ] एक टप्पा

ब] दोन टप्पे

क] तीन टप्पे

ड] <u>एकापेक्षाजास्तटप्पे</u>

2. RC कपलिंगचा वापर .... साठी केला जातो. प्रवर्धन

अ] <u>व्होल्टेज</u>

ब] वर्तमान

क] शक्ती

ड] वरीलपैकी काहीही नाही

3. RC जोडलेल्या ॲम्प्लीफायरमध्ये, मध्य-फ्रिक्वेंसी श्रेणीपेक्षा व्होल्टेज वाढतो ....

अ] वारंवारतेसह अचानक बदल

ब] <u>स्थिरआहे</u>

C] वारंवारतेनुसार एकसमान बदल होतो

ड] वरीलपैकी काहीही नाही

4. ॲम्प्लीफायरची वारंवारता प्रतिसाद वक्र प्राप्त करताना, ...

अ] ॲम्प्लीफायर लेव्हल आउटपुट स्थिर ठेवले जाते

ब] ॲम्प्लीफायर वारंवारता स्थिर ठेवली जाते

C] जनरेटर वारंवारता स्थिर ठेवली जाते

D] <u>जनरेटरआउटपुटपातळीस्थिरठेवलीजाते</u>

5. आरसी कपलिंग योजनेचा एक फायदा म्हणजे ....चांगले प्रतिबाधा जुळणे

अ] अर्थव्यवस्था

ब] <u>उच्चकार्यक्षमता</u>

C] वरीलपैकी काहीही नाही

6. सर्वोत्तम वारंवारता प्रतिसाद .... जोडणी

अ] आर.सी

ब] ट्रान्सफॉर्मर

क] <u>थेट</u>

ड] वरीलपैकी काहीही नाही

7. ट्रान्सफॉर्मर कपलिंगचा वापर .... प्रवर्धनासाठी केला जातो

अ] <u>शक्ती</u>

ब] व्होल्टेज

क] वर्तमान

ड] वरीलपैकी काहीही नाही

8. RC कपलिंग स्कीममध्ये, कपलिंग कॅपेसिटर CC पुरेसे मोठे असणे आवश्यक आहे ....

अ] टप्पे दरम्यान dc पास करणे

ब] <u>कमीफ्रिक्वेन्सीकमीकरण्यासाठीनाही</u>

क] उच्च शक्ती नष्ट करणे

ड] वरीलपैकी काहीही नाही

9. RC कपलिंगमध्ये, कपलिंग कॅपेसिटरचे मूल्य सुमारे .... आहे.

A] 100 pF

ब] 0.1 μF

C] 0.01 μF

ड] <u>10 μF</u>

11. जेव्हा मल्टीस्टेज ॲम्प्लीफायर डीसी सिग्नल वाढवायचे असेल, तेव्हा एखाद्‍याने .... कपलिंग वापरणे आवश्यक आहे

अ] आर.सी

ब] ट्रान्सफॉर्मर

क] <u>थेट</u>

ड] वरीलपैकी काहीही नाही

12. .... कपलिंग जास्तीत जास्त व्होल्टेज वाढवते

अ] आर.सी

ब] <u>ट्रान्सफॉर्मर</u>

क] थेट

ड] प्रतिबाधा

13. सराव मध्ये, व्होल्टेज वाढ व्यक्त केली जाते ....

अ] <u>डीबीमध्ये</u>

ब] व्होल्टमध्ये

क] संख्या म्हणून

ड] वरीलपैकी काहीही नाही

14. ट्रान्सफॉर्मर कपलिंग उच्च कार्यक्षमता प्रदान करते कारण ....

अ] कलेक्टर व्होल्टेज स्टेपअप केले जाते

ब] <u>प्रतिकारकमीआहे</u>

C] कलेक्टर व्होल्टेज खाली आणले आहे

D] वरीलपैकी काहीही नाही

15. ट्रान्सफॉर्मर कपलिंगचा वापर सामान्यतः लोड रेझिस्टन्स असतो तेव्हा केला जातो.

मोठा

ब] खूप मोठा

क] <u>लहान</u>

ड] वरीलपैकी काहीही नाही

16. जर थ्री-स्टेज ॲम्प्लिफायरमध्ये 10 db, 5 db आणि 12 db चा वैयक्तिक स्टेज गेन असेल, तर db मध्ये एकूण नफा ....

A] 600 db

B] 24 db

C] 14 db

D] <u>27 db</u>

17. मल्टीस्टेज ॲम्प्लिफायरचा अंतिम टप्पा .... वापरतो

अ] आरसी जोडणी

ब] <u>ट्रान्सफॉर्मरकपलिंग</u>

क] थेट जोडणी

ड] प्रतिबाधा जोडणी

18. कान ....ला संवेदनशील नाही.

अ] <u>वारंवारताविकृती</u>

ब] मोठेपणा विरूपण

क] वारंवारता तसेच मोठेपणा विकृती

ड] वरीलपैकी काहीही नाही

19. आरसी कपलिंगचा वापर अत्यंत कमी फ्रिक्वेन्सी वाढवण्यासाठी केला जात नाही कारण ....

अ] मोठ्या प्रमाणात वीज हानी होते

ब] आउटपुटमध्ये हम आहे

क] कपलिंगकॅपेसिटरचाविद्युतीयआकारखूपमोठाहोतो

ड] वरीलपैकी काहीही नाही

20. ट्रान्झिस्टर ॲम्प्लिफायरमध्ये आपण .... वापरतो. प्रतिबाधा जुळण्यासाठी ट्रान्सफॉर्मर

अ] पायरी चढणे

ब] पायउतार

C] समान वळण गुणोत्तर

ड] वरीलपैकी काहीही नाही

21. खालच्या आणि वरच्या कट ऑफ फ्रिक्वेन्सीला .... फ्रिक्वेन्सी असेही म्हणतात

अ] बाजूबंद

ब] रेझोनंट

क] अर्ध-प्रतिध्वनी

ड] अर्ध-शक्ती

22. सत्तेत 1,000,000 पट वाढ .... द्वारे व्यक्त केली जाते.

अ] 30 डीबी

ब] 60 डीबी

C] 120 db

D] 600 db

23. व्होल्टेजमध्ये 1000 पट वाढ .... ने व्यक्त केली जाते.

अ] 60 डीबी

ब] 30 डीबी

C] 120 db

D] 600 db

24. 1 db .... पॉवर लेव्हलमधील बदलाशी संबंधित आहे

अ] ५०%

ब] 35%

C] 26%

डी] 22%

25. 1 db .... शी संबंधित आहे. व्होल्टेज किंवा वर्तमान पातळीमध्ये बदल

अ] <u>४०%</u>

ब] ८०%

क] २०%

ड] २५%

26. ट्रान्सफॉर्मर कपलिंगची वारंवारता प्रतिसाद .... आहे.

चांगले

ब] खूप चांगले

क] उत्कृष्ट

ड] <u>गरीब</u>

27. मल्टीस्टेज ॲम्प्लिफायरच्या सुरुवातीच्या टप्प्यात, आपण .... वापरतो.

अ] <u>आरसीजोडणी</u>

ब] ट्रान्सफॉर्मर कपलिंग

क] थेट जोडणी

ड] वरीलपैकी काहीही नाही

28. मल्टीस्टेज ॲम्प्लिफायरचा एकूण नफा हा .... मुळे वैयक्तिक टप्प्यांच्या नफ्याच्या उत्पादनापेक्षा कमी आहे.

अ] कपलिंग यंत्रातील वीज हानी

ब] <u>पुढीलटप्प्याचालोडिंगप्रभाव</u>

क] अनेक ट्रान्झिस्टरचा वापर

ड] अनेक कॅपेसिटरचा वापर

29. ॲम्प्लिफायरचा फायदा db मध्ये व्यक्त केला जातो कारण ....

अ] हे एक साधे एकक आहे

ब] आकडेमोड सोपे होते

C] <u>मानवीकानाचाप्रतिसादलॉगरिदमिकअसतो</u>

ड] वरीलपैकी काहीही नाही

30. जर ॲम्प्लीफायरची पॉवर लेव्हल निम्म्यावर आली तर डीबी गेन ...... ने कमी होईल.

अ] 5 डीबी

ब] 2 डीबी

C] 10 db

ड] <u>3 डीबी</u>

31. 2000 चे वर्तमान प्रवर्धन म्हणजे ....

अ] 3 डीबी

ब] <u>66 डीबी</u>

C] 20 db

D] 200 db

32. ॲम्प्लीफायर 0.1 W इनपुट सिग्नल प्राप्त करतो आणि 15 W सिग्नल पॉवर प्रदान करतो. डीबी मध्ये पॉवर गेन काय आहे?

अ] 8 डीबी

ब] 6 डीबी

क] 5 डीबी

ड] 4 डीबी

33. ऑडिओ सिस्टमचे पॉवर आउटपुट 18 W आहे. एखाद्या व्यक्तीला सिस्टमच्या आउटपुटमध्ये (मोठ्याने किंवा आवाजाची तीव्रता) वाढ लक्षात येण्यासाठी, आउटपुट पॉवर किती वाढली पाहिजे?

अ] २ प

ब] 6 प

क] ६८प

ड] वरीलपैकी काहीही नाही

34. मायक्रोफोनचे आउटपुट -52 db वर रेट केले जाते. संदर्भ पातळी निर्दिष्ट परिस्थितीत 1V आहे. समान ध्वनी परिस्थितीत या मायक्रोफोनचे आउटपुट व्होल्टेज किती आहे?

A] 5 mV

ब] 2 mV

C] 8 mV

D] 5 mV

35. आरसी कपलिंग साधारणपणे कमी पॉवर ॲप्लिकेशन्सपुरते मर्यादित असते कारण ....

अ] कपलिंग कॅपेसिटरचे मोठे मूल्य

ब] कमीकार्यक्षमता

क] घटकांची मोठी संख्या

ड] वरीलपैकी काहीही नाही

36. थेट जोडल्या जाऊ शकतील अशा टप्प्यांची संख्या मर्यादित आहे कारण ....

अ] तापमानातीलबदलांमुळेथर्मलअस्थिरतानिर्माणहोते

ब] सर्किट जड आणि महाग होते

C] सर्किटला बायस करणे कठीण होते

ड] वरीलपैकी काहीही नाही

37. आरसी किंवा ट्रान्सफॉर्मर कपलिंगचा उद्देश ....

अ] ब्लॉक ac

ब] <u>एकाटप्प्याचादुस-यापासूनवेगळापूर्वाग्रह</u>

क] थर्मल स्थिरता वाढवा

ड] वरीलपैकी काहीही नाही

38. वरच्या किंवा खालच्या कट ऑफ फ्रिक्वेन्सीला ....फ्रिक्वेंसी असेही म्हणतात

अ] प्रतिध्वनी

ब] बाजूबंद

क] <u>3 डीबी</u>

ड] वरीलपैकी काहीही नाही

39. सिंगल स्टेज ॲम्प्लिफायरची बँडविड्थ .... आहे. मल्टीस्टेज ॲम्प्लिफायरचा

अ] <u>पेक्षाजास्त</u>

ब] समान

क] पेक्षा कमी

ड] डेटा अपुरा

40. मल्टीस्टेज ॲम्प्लिफायरमध्ये एमिटर कॅपेसिटर CE चे मूल्य सुमारे .... आहे.

अ] 1 μF

ब] 100 pF

C] 0.01 μF

ड] <u>50 μF</u>

1. ट्रायकमध्ये तीन टर्मिनल असतात उदा ....

1. नाला, स्त्रोत, गेट

2. दोन मुख्य टर्मिनल आणि एक गेट टर्मिनल

3. कॅथोड, एनोड, गेट

4. वरीलपैकी काहीही नाही

उत्तर : २

2. ट्रायक दोन SCR च्या समतुल्य आहे ....

1. समांतर

2. मालिकेत

3. व्यस्त-समांतर मध्ये

4. वरीलपैकी काहीही नाही

उत्तर : ३

3. ट्रायक म्हणजे .... स्विच

1. द्विदिशात्मक

2. दिशाहीन

3. यांत्रिक
4. वरीलपैकी काहीही नाही
उत्तर : १
4. पहिल्या आणि तिसऱ्या चतुर्थांशातील ट्रायकसाठी VI वैशिष्ट्ये मूलतः .... च्या सारखे असतात. त्याच्या पहिल्या चतुर्थांश मध्ये
1. ट्रान्झिस्टर
2. SCR
3. UJT
4. वरीलपैकी काहीही नाही
उत्तर : २
5. ट्रायक लोडमधून .... अर्ध-चक्रचा एक भाग पार करू शकतो
1. फक्त सकारात्मक
2. फक्त नकारात्मक
3. सकारात्मक आणि नकारात्मक दोन्ही
4. वरीलपैकी काहीही नाही
उत्तर : ३
6. डायकमध्ये .... टर्मिनल असतात
1. दोन
2. तीन
3. चार
4. वरीलपैकी काहीही नाही
उत्तर : १
7. ट्रायकमध्ये .... अर्धसंवाहक स्तर असतात
1. दोन
2. तीन
3. चार
4. पाच
उत्तर : ३
8. डायकमध्ये .... pn जंक्शन असतात
1. चार
2. दोन
3. तीन
4. वरीलपैकी काहीही नाही
उत्तर : २

9. गेट टर्मिनल नसलेले उपकरण .... आहे.
1. ट्रायक
2. FET
3. SCR
4. डायक
उत्तर : ४
10. डायकमध्ये .... अर्धसंवाहक स्तर असतात
1. तीन
2. दोन
3. चार
4. वरीलपैकी काहीही नाही
उत्तर : १
11. UJT मध्ये .... आहे.
1. दोन pn जंक्शन
2. एक पीएन जंक्शन
3. तीन पीएन जंक्शन
4. वरीलपैकी काहीही नाही
उत्तर : २
12. डायक चालू करण्याचा सामान्य मार्ग म्हणजे ....
1. गेट करंट
2. गेट व्होल्टेज
3. ब्रेकओव्हर व्होल्टेज
4. वरीलपैकी काहीही नाही
उत्तर : ३
13. डायक म्हणजे .... स्विच
1. एक सी.
2. एक डीसी
3. एक यांत्रिक
4. वरीलपैकी काहीही नाही
उत्तर : १
14. UJT मध्ये, p-प्रकार एमिटर .... आहे. डोप केलेले
1. हलके
2. जोरदारपणे
3. माफक प्रमाणात

4. वरीलपैकी काहीही नाही

उत्तर : २

15. पॉवर इलेक्ट्रॉनिक्स मूलतः एसी पॉवरच्या नियंत्रणाशी संबंधित आहे येथे ....

1. 20 kHz वरील फ्रिक्वेन्सी
2. 1000 kHz वरील फ्रिक्वेन्सी
3. 10 Hz पेक्षा कमी वारंवारता
4. 50 Hz वारंवारता

उत्तर : ४

16. जेव्हा UJT चे emitter टर्मिनल उघडे असते तेव्हा resistance बेस टर्मिनल दरम्यान साधारणपणे ....

1. उच्च
2. कमी
3. अत्यंत कमी
4. वरीलपैकी काहीही नाही

उत्तर : १

17. UJT चालू असताना, emitter टर्मिनलमधील प्रतिकार आणि लोअर बेस टर्मिनल ....

1. समान राहते
2. कमी होते
3. वाढले आहे
4. वरीलपैकी काहीही नाही

उत्तर : २

18. यूजेटी चालू करण्यासाठी, एमिटर डायोडवरील फॉरवर्ड बायस असावा .... पीक पॉइंट व्होल्टेज असेल

1. पेक्षा कमी
2. समान
3. पेक्षा जास्त
4. वरीलपैकी काहीही नाही

उत्तर : ३

19. UJT कधी कधी ....म्हणतात. डायोड

1. कमी प्रतिकार
2. उच्च प्रतिकार
3. सिंगल-बेस

4. डबल-बेस

उत्तर : ४

20. जेव्हा तापमान वाढते तेव्हा इंटर-बेस रेझिस्टन्स (RBB) एक UJT ....

1. वाढते
2. कमी होते
3. समान राहते
4. वरीलपैकी काहीही नाही

उत्तर : १

21. जेव्हा तापमान वाढते, तेव्हा आंतरिक स्टँड ऑफ रेशो ....

1. वाढते
2. कमी होते
3. मूलत: समान राहते
4. वरीलपैकी काहीही नाही

उत्तर : ३

22. शिखर बिंदू आणि UJT उत्सर्जक च्या दरी बिंदू दरम्यान आमच्याकडे असलेली वैशिष्ट्ये .... प्रदेश

1. संपृक्तता
2. नकारात्मक प्रतिकार
3. कट ऑफ
4. वरीलपैकी काहीही नाही

उत्तर : २

24. .... द्वारे डायक चालू केला जातो

1. ब्रेकओव्हर व्होल्टेज
2. गेट व्होल्टेज
3. गेट करंट
4. वरीलपैकी काहीही नाही

उत्तर : १

25. नकारात्मक प्रतिकार क्षेत्र दर्शविणारे उपकरण ....

1. डायक
2. ट्रायक
3. ट्रान्झिस्टर
4. UJT

उत्तर : ४

26. यूजेटीचा वापर .... म्हणून केला जाऊ शकतो.
1. ॲम्प्लीफायर आहे
2. सॉटूथ जनरेटर
3. एक रेक्टिफायर
4. वरीलपैकी काहीही नाही
उत्तर : २
27. डायक म्हणजे ....
1. एकल जंक्शन डिव्हाइस
2. तीन जंक्शन उपकरण
3. गेट टर्मिनलशिवाय ट्रायक
4. वरीलपैकी काहीही नाही
उत्तर : ३
28. शिखर बिंदू नंतर, UJT .... मध्ये कार्य करते. प्रदेश
1. कट ऑफ
2. संपृक्तता
3. नकारात्मक प्रतिकार
4. वरीलपैकी काहीही नाही
उत्तर : ३
29. खालीलपैकी कोणते UJT चे वैशिष्ट्य नाही?
1. आंतरिक स्टँड ऑफ रेशो
2. नकारात्मक प्रतिकार
3. पीक-पॉइंट व्होल्टेज
4. द्विपक्षीय वहन
उत्तर : ४
30. ट्रायक .... आहे.
1. द्विदिशात्मक SCR प्रमाणे
2. चार-टर्मिनल डिव्हाइस
3. थायरिस्टर नाही
4. उत्तरे (1) आणि (2)
उत्तर : १
1. खालीलपैकी कोणत्या बेस सिस्टममध्ये 123 ही वैध संख्या नाही?
(a) पाया 10
(b) पाया 16
(c) बेस8

(d) पाया 3

2. 1 KB चे स्टोरेज म्हणजे खालील बाइट्सची संख्या

(a) 1000

(b)964

(c) 1024

(d) 1064

3. बायनरी संख्येचे अष्टक समतुल्य काय आहे:

10111101

(a)675

(b) २७५

(c) ५७२

(d) ५७३.

4. योग्य विधान निवडा:

(a) स्थितीत्मक संख्या प्रणालीमध्ये, प्रत्येक चिन्ह त्याचे स्थान विचारात न घेता समान मूल्य दर्शवते

(b) सिस्टीममधील चिन्हांच्या संख्येइतके मूल्य म्हणून स्थिती क्रमांक प्रणालीमधील सर्वोच्च चिन्ह

(c) अचूकबायनरीशोधणेनेहमीचशक्यनसते

(d) प्रत्येक हेक्साडेसिमल अंक तीन बायनरी चिन्हांचा क्रम म्हणून दर्शविला जाऊ शकतो.

5. (21.125)10 चा बायनरी कोड आहे

(a) 10101.001

(b) 10100.001

(c) १०१०१.०१०

(d) 10100.111.

6.A NAND गेटला सार्वत्रिक तर्क घटक म्हणतात कारण

(a) ते सर्वजण वापरतात

(b) कोणतेहीलॉजिकफंक्शनकेवळ NAND गेट्सद्वारेचसाकारहोऊशकते

(c) सर्व लघुकरण तंत्र इष्टतम NAND गेट प्राप्तीसाठी लागू आहेत

(d) अनेक डिजिटल संगणक NAND गेट्स वापरतात.

7. ॲनालॉग संगणकांच्या तुलनेत डिजिटल संगणक अधिक प्रमाणात वापरले जातात, कारण ते आहेत

(a) कमी खर्चिक

(b) नेहमी अधिक अचूक आणि जलद

(c) समस्याप्रकारांच्याविस्तृतश्रेणींमध्येउपयुक्त

(d) देखभाल करणे सोपे.

8. बहुतेक डिजिटल संगणकांमध्ये फ्लोटिंग पॉइंट हार्डवेअर नसतात कारण

(a) फ्लोटिंगपॉइंटहार्डवेअरमहागआहे

(b) ते सॉफ्टवेअरपेक्षा हळू आहे

(c) हार्डवेअरद्वारे फ्लोटिंग पॉइंट जोडणे शक्य नाही

(d) विशिष्ट कारणाशिवाय.

9. 1000 हा आकडा लगेचच दिसेल

(a) FFFF (हेक्स)

(b) 1111 (बायनरी)

(c) ७७७७ (ऑक्टल)

(d) वरीलसर्व.

10. (1(10101)2 आहे

(a) (37)10

(b) (69)10

(c) (41)10

(d) — (5)10

11. बुलियन फंक्शन्सची संख्या जी n व्हेरिएबल्सद्वारे तयार केली जाऊ शकते

(a) 2n

(b) 22 एन

(c) 2n-1

(d) — 2n

12. सहा-बिट संख्यांचे दोनचे पूरक, एकाचे पूरक, किंवा चिन्ह आणि परिमाण द्वारे प्रतिनिधित्व विचारात घ्या: 011000 आणि 011000 पूर्णांकांच्या जोडणीतून कोणत्या प्रतिनिधित्वामध्ये ओव्हरफ्लो आहे?

(a) फक्त दोघांचे पूरक

(b) चिन्ह आणि परिमाण आणि फक्त एखाद्याचे पूरक

(c) दोनचे पूरक आणि फक्त एकाचे पूरक

(d) तिन्हीप्रतिनिधित्व.

13. हेक्साडेसिमल ओडोमीटर F 52 F दाखवतो. पुढील वाचन असेल

(a)F52E

(b)G52F

(c)F53F

(d) F53O.

14. लॉजिक सर्किटमध्ये पॉझिटिव्ह लॉजिक हे एक असते

(a) तर्क 0 आणि 1 अनुक्रमे 0 आणि सकारात्मक व्होल्टेजने दर्शविले जातात

(b) तर्क 0 आणि, -1 हे अनुक्रमे ऋण आणि सकारात्मक व्होल्टेजने दर्शविले जातात

(c) लॉजिक 0 व्होल्टेज पातळी लॉजिक 1 व्होल्टेज पातळीपेक्षा जास्त आहे

(d) लॉजिक 0 व्होल्टेजपातळीलॉजिक 1 व्होल्टेजपातळीपेक्षाकमीआहे.

15. खालीलपैकी कोणते गेट दोन-स्तरीय लॉजिक गेट आहे

(a) किंवा गेट

(b) NAND गेट

(c) अनन्यकिंवागेट

(d) गेट नाही.

16. लॉजिक फॅमिलीमध्ये, 4 बिट सिंक्रोनस काउंटरमध्ये 100 मेगाहर्ट्झ पेक्षा जास्त वारंवारतेवर वापरता येणारे फॅमिली म्हणजे

(a) TTLAS

(b) CMOS

(c) ECL

(d)TTLLS

17. AND गेट OR if म्हणून कार्य करेल

(अ) गेट्सचे सर्व इनपुट "1" आहेत

(b) सर्व इनपुट ‘0’ आहेत

(c) इनपुटपैकी एक "1" आहे

(d) सर्वइनपुटआणिआउटपुटपूरकआहेत.

18. एका OR गेटमध्ये 6 इनपुट असतात. त्याच्या सत्य सारणीमध्ये इनपुट शब्दांची संख्या आहे

(a)6

(b)32

(c) ६४

(d) १२८

19. डिबाउनिंग सर्किट आहे

(a) एक स्थिर MV

(b) एक बिस्टेबल MV

(c) एककुंडी

(d) एक मोनोस्टेबल MV.

20. नंद. गेट्सना इतरांपेक्षा प्राधान्य दिले जाते कारण हे

(a) कमी फॅब्रिकेशन क्षेत्र आहे

(b) कोणतेहीगेटबनवण्यासाठीवापरलेजाऊशकते

(c) कमीत कमी इलेक्ट्रॉनिक वीज वापरा

(d) चिपमध्ये जास्तीत जास्त घनता प्रदान करते.

21. OR गेटच्या बाबतीत, इनपुटची संख्या कितीही असली तरीही, a
(a) कोणत्याहीइनपुटवर 1 मुळेआउटपुटलॉजिक 1 वरयेते
(b) कोणत्याही इनपुटवर 1 मुळे आउटपुट लॉजिक 0 वर येते
(c) 0 कोणत्याही इनपुटमुळे आउटपुट लॉजिक 0 वर येते
(d) कोणत्याही इनपुटवर 0 मुळे आउटपुट लॉजिक 1 वर येते.
22. 7400 NAND गेटचा पंखा पुट आहे
(a)2TTL
(b)5TTL
(c)8TTL
(d) 10TTL
23. अतिरिक्त-3 कोड म्हणून ओळखले जाते
(a) भारित कोड
(b) चक्रीय रिडंडंसी कोड
(c) स्वयं-पूरककोड
(d) बीजगणितीय कोड.
k24. डेटासाठी 8 बिट, पॅरिटीसाठी 1 बिट गृहीत धरून, मी स्टार्ट बिट आणि 2 स्टॉप बिट्स, 1200 BPS कम्युनिकेशन लाइन प्रसारित करू शकणाऱ्या वर्णांची संख्या आहे
(a)10 CPS
(b)120 CPS
(c) 12CPS
(d) वरीलपैकी काहीही नाही.
1. ऊर्जेचे व्यावसायिक स्रोत आहेत
(a) सौर, पवन आणि बायोमास
(b) जीवाश्मइंधन, जलविद्युतआणिअणुऊर्जा
(c) लाकूड, जनावरांचा कचरा आणि शेतीचा कचरा
(d) वरीलपैकी काहीही नाही
3. भारतातील सर्वात मोठे थर्मल पॉवर स्टेशन येथे आहे
(a) कोटा
(b) सारणी
(c) चंद्रपूर
(d) नेवेली
4. वातावरणातील हवेतील वजनानुसार O2 टक्केवारी आहे
(a) 18%
(ब) २३%
(c) 77%

(d) ७९%

5. वातावरणातील हवेतील परिमाणानुसार टक्केवारी 02 आहे

(अ) <u>२१%</u>

(ब) २३%

(c) 77%

(d) ७९%

6. अपूर्ण दहन योग्य संकेत आहे

(a) <u>बाहेरपडतानाफ्लूवायूंमध्येउच्च CO सामग्री</u>

(b) बाहेर पडताना फ्लू वायूंमध्ये उच्च CO2 सामग्री

(c) फ्ल्यू वायूंचे उच्च तापमान

(d) चिमणीमधून धूम्रपान सोडणे

7. बायोगॅस निर्मितीचा मुख्य स्त्रोत आहे

(a) मानवी कचरा

(b) ओले शेण

(c) ओला पशुधन कचरा

(d) <u>वरीलसर्व</u>

8. भारतातील पहिला अणुऊर्जा प्रकल्प येथे स्थापित करण्यात आला

(a) <u>तारापोर</u>

(b) कोटा

(c) कल्पक्कम

(d) वरीलपैकी काहीही नाही

9. इंधन सेलमध्ये, _______ ऊर्जेचे विद्युत उर्जेमध्ये रूपांतर होते.

(a) यांत्रिक

(b) <u>रासायनिक</u>

(c) उष्णता

(d) आवाज

10. द्वारे सौर औष्णिक उर्जा निर्मिती साध्य करता येते

(a) फोकसिंग कलेक्टर किंवा हेलिओस्टेट्स वापरणे

(b) फ्लॅट प्लेट कलेक्टर्स वापरणे

(c) सौर तलाव वापरणे

(d) <u>वरीलपैकीकोणतीहीप्रणाली</u>

51. आवेग स्टीम टर्बाइनच्या बाबतीत

(a) स्थिर आणि हलत्या ब्लेडमध्ये एन्थॅल्पी ड्रॉप आहे

(b) फक्त हलत्या ब्लेडमध्ये एन्थाल्पी ड्रॉप आहे

(c) <u>नोझलमध्येएन्थॅल्पीड्रॉपआहे</u>

(d) वरीलपैकी काहीही नाही

52. स्टीम टर्बाइनच्या आवेग चाकाच्या दोन बाजूंवर दाब

(a) <u>समानआहे</u>

(b) वेगळे आहे

(c) एका बाजूपासून दुसऱ्या बाजूने वाढते

(d) एका बाजूपासून दुसऱ्या बाजूला कमी होते

53. डी लावल स्टीम टर्बाइनमध्ये

(a) <u>टर्बाइनरोटरमधीलदाबकंडेन्सरप्रमाणेचअसतो</u>

(b) टर्बाइन रोटरमधील दाब कंडेनसरमधील दाबापेक्षा जास्त असतो

(c) टर्बाइन रोटरमधील दाब इनलेटमधून बाहेर पडण्यासाठी हळूहळू कमी होतो कंडेनसर

(d) वरीलपैकी काहीही नाही

54. प्रतिक्रिया स्टीम टर्बाइनची घटना

(a) <u>स्थिरआणिहलत्याब्लेडमध्येएन्थॅल्पीड्रॉपआहे</u>

(b) केवळ स्थिर ब्लेडमध्ये एन्थॅल्पी ड्रॉप आहे

(c) फक्त हलत्या ब्लेडमध्ये एन्थाल्पी ड्रॉप आहे

(d) वरीलपैकी काहीही नाही

55. कर्टिस टर्बाइन आहे

(a) प्रतिक्रिया स्टीम टर्बाइन

(b) <u>दाबवेगमिश्रितस्टीमटर्बाइन</u>

(c) दाब मिश्रित आवेग स्टीम टर्बाइन

(d) वेग मिश्रित आवेग स्टीम टर्बाइन

56. Rateau स्टीम टर्बाइन आहे

(a) प्रतिक्रिया स्टीम टर्बाइन

(b) वेग मिश्रित आवेग स्टीम टर्बाइन

(c) <u>दाबमिश्रितआवेगस्टीमटर्बाइन</u>

(d) दाब वेग मिश्रित स्टीम टर्बाइन

57. पार्सन्स टर्बाइन आहे

(a) दाब मिश्रित स्टीम टर्बाइन

(b) साधे एकल चाक, आवेग स्टीम टर्बाइन

(c) साधी सिंगल व्हील रिॲक्शन स्टीम टर्बाइन

(d) <u>मल्टीव्हीलरिॲक्शनस्टीमटर्बाइन</u>

58. पार्सनच्या प्रतिक्रिया स्टीम टर्बाइनसाठी, प्रतिक्रियाची डिग्री आहे

(अ) ७५%

(ब) 100%

(c) <u>५०%</u>

(d) ६०%

59. स्टीम टर्बाइनमधील रीहीट फॅक्टर अवलंबून असतो

(a) फक्त बाहेर पडण्याचा दबाव

(b) केवळ स्टेज कार्यक्षमता

(c) <u>फक्तप्रारंभिकदाबआणितापमान</u>

(d) वरील सर्व

60. रीहीट फॅक्टरचे मूल्य साधारणपणे बदलते

(a) ०.५ ते ०.६

(b) ०.९ ते ०.९५

(c) <u>१.०२ते१.०६</u>

(d) 1.2 ते 1.6

61. स्टीम टर्बाइन खालील पद्धतींनी नियंत्रित केले जातात

(a) थ्रॉटल गव्हर्निंग

(b) नोजल नियंत्रण नियंत्रण

(c) बाय-पास गव्हर्निंग

(d) <u>वरीलसर्व</u>

62. स्टीम टर्बाइनमध्ये रीहीट फॅक्टर

(a) <u>टप्प्यांच्यासंख्येतवाढहोते</u>

(b) टप्प्यांची संख्या वाढल्याने कमी होते

(c) टप्प्यांची संख्या विचारात न घेता समान राहते

(d) वरीलपैकी काहीही नाही

63. विनाच्या तुलनेत कंडेन्सरसह इंजिनची थर्मल कार्यक्षमता
कंडेनसर, दिलेल्या दाब आणि वाफेच्या तापमानासाठी, आहे

(a) <u>उच्च</u>

(b) कमी

(c) जोपर्यंत प्रारंभिक दाब आणि तापमान अपरिवर्तित आहे तोपर्यंत समान

(d) वरीलपैकी काहीही नाही

64. जेट प्रकारच्या कंडेन्सर्समध्ये

(a) थंड पाणी नळ्यांमधून जाते आणि त्यांच्याभोवती वाफ येते

(b) वाफ नळ्यांमधून जाते आणि त्यांच्याभोवती थंड पाणी असते

(c) <u>वाफआणिथंडपाण्याचेमिश्रण</u>

(d) वाफ आणि थंड पाणी मिसळत नाही

65. शेल आणि ट्यूब पृष्ठभाग कंडेनसर मध्ये

(a) कंडेन्सेट देण्यासाठी वाफ आणि थंड पाण्याचे मिश्रण

(b) थंडपाणीनळ्यांमधूनजातेआणित्यांच्याभोवतीवाफयेते

(c) शीतलक नळ्यांमधून वाफ जाते आणि त्यांच्याभोवती थंड पाणी असते

(d) वरील सर्व परिस्थितीनुसार बदलत आहेत

66. पृष्ठभाग कंडेन्सरमध्ये हवा काढून टाकल्यास, तेथे असते

(a) कंडेन्सरमध्येठेवलेल्यापरिपूर्णदाबामध्येपडणे

(b) कंडेन्सरमध्ये राखून ठेवलेल्या परिपूर्ण दाबात वाढ

(c) कंडेन्सरमधील निरपेक्ष दाबामध्ये कोणताही बदल नाही

(d) घनरूप वाफेच्या तापमानात वाढ

67. पृष्ठभाग कंडेनसरमधील शीतलक विभाग

(a) हवेसह काढलेल्या बाष्पाचे प्रमाण वाढते

(b) हवेसहकाढलेल्याबाष्पाचेप्रमाणकमीकरते

(c) काढलेल्या बाष्पाच्या प्रमाणात परिणाम होत नाही परंतु हवेची पंप क्षमता कमी करते

निष्कर्षण पंप

(d) वरीलपैकी काहीही नाही

68. एडवर्डचा हवा पंप

(a) कंडेन्सरमधून हवा आणि बाष्प देखील काढून टाकते

(b) कंडेन्सरमधून फक्त हवा काढून टाकते

(c) कंडेन्सरमधून केवळ अ-कंडेन्स्ड वाफ काढून टाकते

(d) वाफेसहहवाआणिकंडेन्सरमधीलघनरूपपाणीदेखीलकाढूनटाकते

69. स्टीम पॉवर प्लांटमध्ये कंडेनसरचे कार्य असते

(a) पासून कामाचे उत्पादन वाढविण्यासाठी वातावरणाच्या खाली दाब राखणे

प्राइममूव्हर

(b) स्टीम प्राइम मूव्हरमधून मोठ्या प्रमाणात वाफ बाहेर काढणे

(c) बॉयलरमध्ये पुन्हा वापरता येण्याजोग्या मोठ्या प्रमाणात वाफेचे पाणी घनरूप करणे

(d) वरीलसर्व

70. पुनरुत्पादक पृष्ठभाग कंडेनसरमध्ये

(a) हवा आणि कंडेन्सेट काढण्यासाठी एक पंप आहे

(b) हवाआणिकंडेन्सेटकाढण्यासाठीदोनपंपआहेत

(c) हवा, वाफ आणि कंडेन्सेट काढण्यासाठी तीन पंप आहेत

(d) पंप नाही, कंडेन्सेट गुरुत्वाकर्षणाने काढून टाकले जाते

71. कंडेन्सरचा बाष्पीभवन प्रकार असतो

(a) पाण्यानेवेढलेल्यापाईपमधीलवाफ

(b) वाफेने वेढलेल्या पाईपमधील पाणी

(c) एकतर (a) किंवा (b)

(d) वरीलपैकी काहीही नाही

72. वाफेचे वाहून नेणारे पाईप्स साधारणपणे बनलेले असतात

(a) पोलाद

(b) कास्ट लोह

(c) तांबे

(d) ॲल्युमिनियम

73. स्टीम बॉयलरच्या सुरक्षेसाठी फिट केलेल्या सुरक्षा वाल्वची संख्या आहे

(a) चार

(b) तीन

(c) दोन

(d) एक

74. स्टीम पॉवर स्टेशनमध्ये सामान्यतः वापरल्या जाणाऱ्या स्टीम टर्बाइन आहेत

(a) कंडेनसिंगप्रकार

(b) नॉन-कंडेन्सिंग प्रकार

(c) वरीलपैकी काहीही नाही

75. बेल्ट कन्व्हेयरचा वापर कोळसा वाहून नेण्यासाठी केला जाऊ शकतो

(a) 30°

(b) 60°

(c) 80°

(d) 90°

76. स्क्रू कन्व्हेयरची कमाल लांबी सुमारे आहे

(a) 30 मीटर

(b) 40 मीटर

(c) 60 मीटर

(d) 100 मीटर

77. कोळसा आणि उष्णता पुनर्प्राप्ती उपकरणे वापरून आधुनिक बॉयलरची कार्यक्षमता आहे

बद्दल

(अ) 25 ते 30%

(ब) 40 ते 50%

(c) 65 ते 70%

(d) ८५ते९०%

78. भारतीय कोळशांमध्ये सरासरी राखेचे प्रमाण सुमारे आहे

(अ) ५%

(ब) 10%

(c) 15%

(d) 20%

79. पॉवर स्टेशनमधील लोड सेंटर आहे

(a) कोळसा क्षेत्राचे केंद्र

(b) उपकरणांच्या कमाल भाराचे केंद्र

(c) विद्युतप्रणालीच्यागुरुत्वाकर्षणाचेकेंद्र

80. स्टीम पॉवर स्टेशनमध्ये स्टीम प्रेशर, जे सहसा आज-एक दिवस ठेवले जाते च्या क्रमाने

(a) 20 kgf/cm2

(b) 50 kgf/cm2

(c) 100 kgf/cm2

(d) 150 kgf/cm2

81. अर्थशास्त्रज्ञ बॉयलरची कार्यक्षमता सुधारतात

(अ) १ ते ५%

(b) 4 ते 10%

(c) 10 ते 12%

82. मोठ्या टर्बो-जनरेटरची क्षमता बदलते

(a) 20 ते 100 मेगावॅट

(b) 50 ते 300 मेगावॅट

(c) 70 ते 400 मेगावॅट

(d) 100 ते 650 मेगावॅट

83. केकिंग कोल ते आहेत जे

(a) पूर्णपणे जळणे

(b) मुक्तपणे जाळणे

(c) राख तयार करू नका

(d) कोकचेगुठळ्याकिंवावस्तुमानतयारहोतात

84. प्राथमिक हवा ही ती हवा आहे जिची सवय असते

(a) ज्योतीची लांबी कमी करा

(b) ज्योतीची लांबी वाढवा

(c) कोळसावाहतूकआणिवाळवा

(d) इष्टतम ज्वलन मिळविण्यासाठी बर्नरभोवती हवा द्या

85. दुय्यम हवा ही वापरली जाणारी हवा आहे

(a) ज्योतीची लांबी कमी करा

(b) ज्योतीची लांबी वाढवा

(c) कोळसा वाहतूक आणि वाळवा

(d) इष्टतमज्वलनमिळविण्यासाठीबर्नरभोवतीहवाद्या

86. कोळसा तयार करण्याच्या प्लांटमध्ये, चुंबकीय विभाजक काढण्यासाठी वापरले जातात

(a) धूळ

(b) क्लिंकर

(c) लोखंडाचेकण

(d) वाळू

88. लहान उर्जेसाठी कोळसा अनलोड करण्यासाठी सामान्यतः लागू केलेली पद्धत वनस्पती आहे

(a) लिफ्ट ट्रक

(b) कोळसाप्रवेगक

(c) टॉवर क्रेन

(d) बेल्ट कन्वेयर

89. बकेट लिफ्टसाठी वापरतात

(a) कोळसा आडव्या दिशेने वाहून नेणे

(b) उभ्यादिशेनेकोळसावाहूननेणे

(c) कोळसा कोणत्याही दिशेने वाहून नेणे

90. संपूर्ण ज्वलनासाठी पुरविल्या जाणाऱ्या हवेचे प्रमाण म्हणतात

(a) प्राथमिक हवा

(b) दुय्यमहवा

(c) तृतीयक हवा

91. _______ सिस्टीममध्ये सेंट्रल पल्व्हरायझिंग युनिटमधील इंधन बंकरमध्ये वितरित केले जाते

आणि नंतर विविध बर्नरवर

(a) युनिट

(b) मध्यवर्ती

(c) वरीलपैकी काहीही नाही

92. अंडर-फीड स्टोकर्स ________ जास्त वाष्पशील पदार्थ आणि कोळशासाठी उत्तम काम करतात

केकिंग प्रवृत्तीसह

(a) अँथ्रासाइट

(b) लिग्नाइट

(c) <u>सेमीबिटुमिनसआणिबिटुमिनस</u>

93. ओव्हरफीड प्रकार स्टोकरचे उदाहरण आहे

(a) साखळी शेगडी

(b) स्प्रेडर

(c) प्रवासी शेगडी

(d) <u>वरीलसर्व</u>

94. ज्या ठिकाणी अस्वच्छ कोळसा वापरावा लागतो आणि बॉयलरची क्षमता मोठी असते, स्टोकर

जे वापरले जाते

(a) अंडरफीड स्टॉकर

(b) <u>स्टोकरलाजास्तखाणे</u>

(c) कोणताही

96. बॉयलरचे पाणी खाली फुंकणे ही प्रक्रिया आहे

(a) बॉयलरचा दाब कमी करण्यासाठी

(b) वाफेचे तापमान वाढवणे

(c) <u>काहीकाढूनटाकूनबॉयलरच्यापाण्यातीलघनएकाग्रतानियंत्रितकरण्यासाठी केंद्रितखारटपाणी</u>

(d) वरीलपैकी काहीही नाही

97. डीएरेटिव्ह हीटिंग केले जाते

(a) पाणी गरम करा

(b) पाण्यात हवा गरम करा

(c) <u>पाण्यातविरघळलेलेवायूकाढूनटाका</u>

98. रीहीट फॅक्टर चे गुणोत्तर आहे

(a) उपयुक्त उष्मा ड्रॉप म्हणजे सेन्ट्रोपिक हीट ड्रॉप

(b) adiabatic हीट ड्रॉप ते isentropic हीट ड्रॉप

(c) <u>एकूणटप्प्यांसाठीएकत्रितवास्तविकएन्थॅल्पीड्रॉपम्हणजेआयसेंट्रोपिकएन्थाल्पी उष्णताड्रॉप</u>

100. स्टीम टर्बाइनचे कंपाउंडिंग यासाठी केले जाते

(a) केलेले काम कमी करणे

(b) रोटरचा वेग वाढवणे

(c) <u>रोटरचावेगकमीकरणे</u>

(d) टर्बाइन संतुलित करणे

1. खालीलपैकी कोणत्या प्रणालीद्वारे विद्युत उर्जा प्रसारित केली जाऊ शकते?

(a) ओव्हरहेड प्रणाली

(b) भूमिगत प्रणाली

(c) दोन्ही (a) आणि (b)

(d) वरीलपैकी काहीही नाही

2 कंडक्टर आहेत, जे ग्राहकांच्या टर्मिनल्सना वितरणाशी जोडतात

(a) वितरक

(b) सेवामुख्य

(c) फीडर

(d) वरीलपैकी काहीही नाही

3. भूगर्भीय प्रणाली वर चालविली जाऊ शकत नाही

(a) 440 V

(b) 11 kV

(c) 33 kV

(d) 66 kV

4. ओव्हरहेड सिस्टम पर्यंतच्या ऑपरेशनसाठी डिझाइन केले जाऊ शकते

(a) 11 kV

(b) 33 kV

(c) 66 kV

(d) 400 kV

5. भांडवली खर्चावरील व्याज आणि घसारा या कारणास्तव वार्षिक खर्चाचा परिवर्तनशील भाग कंडक्टरमध्ये वाया जाणाऱ्या विद्युत उर्जेच्या वार्षिक खर्चाच्या बरोबरीचा असल्यास, एकूण वार्षिक खर्च किमान असेल आणि कंडक्टरचा संबंधित आकार सर्वात किफायतशीर असेल. हे विधान म्हणून ओळखले जाते

(a) केल्विनचाकायदा

(b) ओमचा नियम

(c) Kirchhoffs कायदा

(d) फॅरेडेचा कायदा

6. क्रिओसाइट ऑइल किंवा कोणत्याही संरक्षक कंपाऊंडने चांगले गर्भित केलेल्या लाकडी खांबांना जीवन असते

(a) 2 ते 5 वर्षे

(b) 10 ते 15 वर्षे

(c) 25 ते 30 वर्षे

(d) 60 ते 70 वर्षे

7. खालीलपैकी कोणते साहित्य विद्युत उर्जेचे प्रसारण आणि वितरणासाठी वापरले जात नाही?

(a) तांबे

(b) ॲल्युमिनियम

(c) स्टील

(d) टंगस्टन

8. गॅल्वनाइज्ड स्टील वायर सामान्यतः म्हणून वापरली जाते

(a) स्टे वायर

(b) पृथ्वीची तार

(c) संरचनात्मक घटक

(d) वरीलसर्व

9. आरसीसी खांब असलेले नेहमीचे स्पॅन आहेत

(a) 40-50 मीटर

(b) 60-100 मीटर

(c) 80-100 मीटर

(d) 300–500 मीटर

10. कोरोनाचा खालीलपैकी कोणता प्रभाव मोठ्या प्रमाणात होतो?

(a) कंडक्टरचा आकार

(b) कंडक्टरचा आकार

(c) कंडक्टरच्या पृष्ठभागाची स्थिती

(d) वरीलसर्व

11. खालीलपैकी कोणते ट्रान्समिशन लाईन्सचे स्थिरांक आहेत?

(a) प्रतिकार

(b) इंडक्टन्स

(c) क्षमता

(d) वरीलसर्व

12. 310 किमी रेषा मानली जाते

(a) एकलांबओळ

(b) एक मध्यम रेषा

(c) एक लहान ओळ

(d) वरीलपैकी कोणतेही

13. ओपन-सर्किटच्या रिसीव्हिंग एंडवर व्होल्टेजमध्ये qf वाढ होण्याची घटना किंवा हलक्या लोड केलेल्या ओळीला म्हणतात

(a) सीबॅक प्रभाव

(b) <u>फेरांटीप्रभाव</u>

(c) रामन प्रभाव

(d) वरीलपैकी काहीही नाही

14. रेषा प्रतिबाधा आणि शंट प्रवेशाच्या गुणोत्तराचे वर्गमूळ म्हणतात

(a) <u>रेषेचालाटप्रतिबाधा</u>

(b) रेषेचे आचरण

(c) रेषेचे नियमन

(d) वरीलपैकी काहीही नाही

15. 'स्थिर व्होल्टेज ट्रान्समिशन सिस्टिम'चा दोष खालीलपैकी कोणता आहे?

(a) <u>प्रणालीच्याशॉर्ट-सर्किटकरंटमध्येवाढ</u>

(b) लाईन टर्मिनल्सवरील सर्व भारांवर स्थिर व्होल्टेजची उपलब्धता

(c) उच्च टर्मिनल रिॲक्टंट्सच्या संभाव्य वापरामुळे रेषेसाठी चांगल्या संरक्षणाची शक्यता

(d) मध्यम आणि जड भारांच्या वेळी पॉवर फॅक्टरमध्ये सुधारणा

(ई) लांब-अंतराच्या जड वीज प्रेषणाच्या बाबतीत दिलेल्या कंडक्टर आकारासाठी वाढीव शक्ती वाहून नेण्याची शक्यता

17. उच्च व्होल्टेज केबल्सचे ऑपरेटिंग व्होल्टेज पर्यंत आहे

(a)l.lkV

(b)3.3kV

(c)6.6kV

(d) <u>llkV</u>

18. सुपरटेन्शन केबल्सचे ऑपरेटिंग व्होल्टेज पर्यंत आहे

(a) 3.3 kV

(b) 6.6 kV

(c) 11 kV

(d) <u>33 kV</u>

19. अतिरिक्त हाय टेंशन केबल्सचे ऑपरेटिंग व्होल्टेज पर्यंत आहे

(a) 6.6 kV

(b) 11 kV

(c) 33 kV

(d) <u>66 kV</u>

20. भूमिगत केबल टाकण्यासाठी खालीलपैकी कोणती पद्धत वापरली जाते?

(a) थेट बिछाना

(b) ड्रॉ-इन-सिस्टीम

(c) ठोस प्रणाली

(d) वरीलसर्व

22. खालीलपैकी कोणत्या कारणामुळे केबल्स जास्त गरम होऊ नयेत?

(a) तेलाची स्निग्धता कमी होऊ शकते आणि ते उच्च पातळीपासून बाहेर पडू शकते

(b) तेलाच्या विस्तारामुळे आवरण फुटू शकते

(c) असमान विस्तारामुळे इन्सुलेशनमध्ये पोकळी निर्माण होऊ शकते ज्यामुळे आयनीकरण होईल

(d) वरील सर्व

23. खालीलपैकी कोणती DC वितरण प्रणाली सर्वात सोपी आणि पहिल्या किमतीत सर्वात कमी आहे?

(a) रेडियलप्रणाली

(b) रिंग प्रणाली

(c) आंतर-कनेक्टेड प्रणाली

(d) वरीलपैकी काहीही नाही

24. बूस्टर म्हणजे a

(a) मालिकाजखमजनरेटर

(b) शंट जखमेचे जनरेटर

(c) सिंक्रोनस जनरेटर

(d) वरीलपैकी काहीही नाही

25. चाचणी आणि त्रुटीच्या पद्धती व्यतिरिक्त, इंटरकनेक्टेड सिस्टममध्ये नेटवर्क समस्या सोडवण्यासाठी खालीलपैकी कोणती पद्धत वापरली जाते?

(a) वर्तमान पद्धत प्रसारित करणे

(b) थेवेनिनचे प्रमेय

(c) प्रवाहांची सुपरपोझिशन

(d) वरीलसर्व

28. निवासी ग्राहकांना सिंगल फेज पुरवठ्याचे व्होल्टेज आहे

(a) 110 V

(b) 210 V

(c) 230 V

(d) 400 V

29. भारतातील बहुतेक हाय व्होल्टेज ट्रान्समिशन लाईन्स आहेत

(a) भूमिगत

(b) ओव्हरहेड

(c) वरीलपैकी एक

(d) वरीलपैकी काहीही नाही

30. निवासी क्षेत्रासाठी वितरक आहेत

(a) सिंगल फेज

(b) थ्री-फेज थ्री वायर

(c) तीन-फेजचारवायर

(d) वरीलपैकी काहीही नाही

32. उच्च व्होल्टेज ट्रान्समिशन लाईन्स वापरतात

(a) निलंबनइन्सुलेटर

(b) पिन इन्सुलेटर

(c) दोन्ही (a) आणि (b)

(d) वरीलपैकी काहीही नाही

33. मल्टीकोर केबल्स साधारणपणे वापरतात

(a) चौरस कंडक्टर

(b) गोलाकार कंडक्टर

(c) आयताकृती कंडक्टर

(d) सेक्टर-आकाराचेकंडक्टर

34. भारतातील वितरण रेषा सामान्यतः वापरतात

(a) लाकडी खांब

(b) RCC पोल

(c) स्टील टॉवर

(d) वरीलपैकी काहीही नाही

35. सामान्यतः उच्च व्होल्टेज केबल्समध्ये इन्सुलेशनसाठी वापरली जाणारी सामग्री आहे

(a) आघाडी

(b) कागद

(c) रबर

(d) वरीलपैकी काहीही नाही

36. वितरक प्रणालीवरील भार सामान्यतः असतो

(a) संतुलित

(b) असंतुलित

(c) वरीलपैकी एक

(d) वरीलपैकी काहीही नाही

37. औद्योगिक भारांचा पॉवर फॅक्टर सामान्यतः असतो

(a) ऐक्य

(b) मागेपडणे

(c) अग्रगण्य

(d) शून्य

38. ओव्हरहेड लाईन्स सामान्यतः वापरतात

(a) तांबे कंडक्टर

(b) सर्व अॅल्युमिनियम कंडक्टर

(c) ACSR कंडक्टर

(d) यापैकी नाही

39. ट्रान्समिशन लाइन्समध्ये क्रॉस-आर्म्स बनलेले असतात

(a) तांबे

(b) लाकूड

(c) RCC

(d) स्टील

40. सामान्यतः उच्च व्होल्टेज केबल्सच्या चिलखतीसाठी वापरली जाणारी सामग्री आहे

(a) अॅल्युमिनियम

(b) स्टील

(c) पितळ

(d) तांबे

42. सामान्यतः भूमिगत केबल्सच्या आवरणांसाठी वापरली जाणारी सामग्री आहे

(a) आघाडी

(b) रबर

(c) तांबे

(d) लोह

43. ग्राउंड आणि 220 kV लाईनमधील किमान क्लिअरन्स सुमारे आहे

(a) 4.3 मी

(b) 5.5 मी

(c) 7.0 मी

(d) 10.5 मी

44. 220 kV लाईनच्या फेज कंडक्टरमधील अंतर अंदाजे समान आहे

(a) 2 मी

(b) 3.5 मी

(c) 6 मी

(d) 8.5 मी

45. मोठ्या औद्योगिक ग्राहकांना येथे विद्युत ऊर्जा पुरविली जाते

(a) 400 V

(b) 11 kV

(c) 66 kV

(d) 400 kV

48. DC 2-वायरचा पुरवठा व्होल्टेज असल्यास, प्रसारित वीज समान राहते फीडर 100 टक्के वाढला आहे, तांब्याची बचत आहे

(a) 25 टक्के

(b) 50 टक्के

(c) 75 टक्के

(d) 100 टक्के

49. एकसमान-भारित डीसी वितरक दोन्ही टोकांना समान व्होल्टेजसह दिले जाते. फक्त एका टोकाला दिलेले समान वितरकाच्या तुलनेत, मधल्या बिंदूवर ड्रॉप आहे

(a) एकचतुर्थांश

(b) एक तृतीयांश

(c) दीड

(d) दोनदा

50. 2-वायर डीसी वितरकाच्या तुलनेत, पृथ्वीवर समान कमाल व्होल्टेज असलेले 3-वायर वितरक फक्त वापरतात

(a) 31.25 टक्केतांबे

(b) 33.3 टक्के तांबे

(c) 66.7 टक्के तांबे

(d) 125 टक्के तांबे

51. खालीलपैकी कोणता सामान्यतः जनरेटिंग व्होल्टेज नसतो?

(a) 6.6 kV

(b) 8.8 kV

(c) 11 kV

(d) 13.2 kV

52. ओव्हरहेड लाइनसाठी, लाट प्रतिबाधा म्हणून घेतले जाते

(a) 20-30 ohms

(b) 70-80 ohms

(c) 100-200 ohms

(d) 500-1000 ohms

उत्तर: सी

53. कोरोनामुळे ओझोनची उपस्थिती हानिकारक आहे कारण ते

(a) पॉवर फॅक्टर कमी करते

(b) सामग्री खराब करते

(c) गंधदेते

(d) जमिनीवर ऊर्जा हस्तांतरित करा

54. एक फीडर, ट्रान्समिशन सिस्टममध्ये, वीज पुरवतो

(a) <u>वितरक</u>

(b) निर्मिती केंद्रे

(c) सेवा मुख्य

(d) वरील सर्व

55. प्रसारित केलेली शक्ती जेव्हा जास्तीत जास्त असेल

(a) कोरोनाचे नुकसान कमीत कमी आहे

(b) प्रतिक्रिया जास्त आहे

(c) <u>सेंडिंगएंडव्होल्टेजजास्तआहे</u>

(d) एंड व्होल्टेज प्राप्त करणे अधिक आहे

56. एक 3-फेज 4 वायर प्रणाली सामान्यतः वापरली जाते

(a) प्राथमिक प्रसारण

(b) दुय्यम प्रसारण

(c) प्राथमिक वितरण

(d) <u>दुय्यमवितरण</u>

57. ओव्हरहेड ट्रान्समिशन लाईन्ससाठी खालीलपैकी कोणती सामग्री वापरली जाते?

(a) स्टील कोरड अॅल्युमिनियम

(b) गॅल्वनाइज्ड स्टील

(c) कॅडमियम तांबे

(d) <u>वरीलपैकीकोणतेही</u>

58. पोर्सिलेन इन्सुलेटर बनवण्यासाठी खालीलपैकी कोणता घटक नाही?

(a) क्वार्ट्ज

(b) काओलिन

(c) फेल्सपार

(d) <u>सिलिका</u>

59. दरम्यान कोरोना होण्याची शक्यता जास्त असते

(a) कोरडे हवामान

(b) हिवाळा

(c) उन्हाळी उष्णता

(d) <u>दमटहवामान</u>

60. लांब ट्रान्समिशन लाईन्सवर खालीलपैकी कोणता रिले वापरला जातो?

(a) प्रतिबाधा रिले

(b) <u>Mho चारिले</u>

(c) प्रतिक्रिया रिले

(d) वरीलपैकी काहीही नाही

61. स्टील कॉर्ड कंडक्टरमध्ये वापरलेले स्टील सामान्यतः आहे

(a) मिश्रधातूचे पोलाद

(b) स्टेनलेस स्टील

(c) सौम्यपोलाद

(d) हाय स्पीड स्टील

62. खालीलपैकी कोणती वितरण प्रणाली अधिक विश्वासार्ह आहे?

(a) रेडियल प्रणाली

(b) वृक्ष व्यवस्था

(c) रिंगमुख्यप्रणाली

(d) सर्व समान विश्वासार्ह आहेत

63. खालीलपैकी कोणती वैशिष्ट्ये ट्रान्समिशन लाईन्सला सपोर्ट करणाऱ्या लाईनमध्ये असली पाहिजेत?

(a) कमी खर्च

(b) उच्च यांत्रिक शक्ती

(c) जास्त आयुष्य

(d) वरीलसर्व

64. ll kV चे ट्रान्समिशन व्होल्टेज सामान्यतः पर्यंतच्या अंतरासाठी वापरले जाते

(a) 20-25 किमी

(b) 40-50 किमी

(c) 60–70 किमी

(d) 80–100 किमी

65. खालीलपैकी कोणते नियम सर्वोत्तम मानले जातात?

(अ) ५०%

(ब) 20%

(c) 10%

(d) 2%

66. त्वचा प्रभाव प्रमाणात आहे

(a) (कंडक्टर व्यास)

(b) (कंडक्टर व्यास)

(c) (कंडक्टरव्यास)

(d) (कंडक्टर व्यास)

67. कंडक्टर, दोन सपोर्ट्समध्ये क्षुल्लक झाल्यामुळे, त्याचे रूप धारण करते

(a) अर्धवर्तुळ

(b) त्रिकोण

(c) लंबवर्तुळ

(d) कॅटेनरी

68. AC.SR कंडक्टरमध्ये, ॲल्युमिनियम आणि स्टील कंडक्टरमधील इन्सुलेशन असते

(a) इन्सुलिन

(b) बिटुमेन

(c) वार्निश

(d) इन्सुलेशनचीआवश्यकतानाही

69. खालीलपैकी कोणत्या बस-बार योजनेची किंमत सर्वात कमी आहे?

(a) रिंग बस-बार योजना

(b) सिंगलबस-बारयोजना

(c) ब्रेकर आणि दीड स्कीम

(d) मुख्य आणि हस्तांतरण योजना

71. खालीलपैकी कोणत्या पद्धतींनी स्ट्रिंग कार्यक्षमता सुधारली जाऊ शकते?

(a) गार्ड रिंग वापरणे

(b) इन्सुलेटरची प्रतवारी

(c) लांब क्रॉस हात वापरणे

(d) वरीलपैकीकोणतेही

72. ॲल्युमिनियम कंडक्टरमध्ये, स्टील कोर प्रदान केला जातो

(a) त्वचेच्या परिणामाची भरपाई करा

(b) समीपता प्रभाव तटस्थ करा

(c) ओळ इंडक्टन्स कमी करा

(d) तन्यशक्तीवाढवणे

73. खालीलपैकी कोणत्या बस-बारला रेट केले जाते?

(a) फक्त वर्तमान

(b) विद्युत् प्रवाह आणि व्होल्टेज

(c) वर्तमान, व्होल्टेज आणि वारंवारता

(d) विद्युतप्रवाह, व्होल्टेज, वारंवारताआणिअल्पकालीनप्रवाह

74. एक सर्किट जेव्हा आयसोलेटरद्वारे डिस्कनेक्ट केले जाते

(a) रेषा उर्जावान आहे

(b) रेषेतविद्युतप्रवाहनाही

(c) लाईन पूर्ण लोडवर आहे

(d) सर्किट ब्रेकर उघडलेले नाही

75. खालीलपैकी कोणत्या उपकरणासाठी वर्तमान रेटिंग आवश्यक नाही?

(a) सर्किट ब्रेकर

(b) आयसोलेटर

(c) लोड ब्रेक स्विच

(d) सर्किट ब्रेकर आणि लोड ब्रेक स्विचेस

76. सबस्टेशनमध्ये खालील उपकरणे स्थापित केलेली नाहीत

(a) उत्तेजक

(b) मालिका कॅपेसिटर

(c) शंट अणुभट्ट्या

(d) व्होल्टेटर ट्रान्सफॉर्मर्स

77. jCorona सामान्यतः जेव्हा कंडक्टरच्या आसपास हवेतील इलेक्ट्रोस्टॅटिक ताण ओलांडतो तेव्हा होतो

(a) 6.6 kV (rms मूल्य)/सेमी

(b) 11 kV (rms मूल्य)/सेमी

(c) 22 kV (कमाल मूल्य)/सेमी

(d) 30 kV (कमालमूल्य)/सेमी

78. स्थिर व्होल्टेज ट्रान्समिशनसाठी व्होल्टेज ड्रॉप स्थापित करून भरपाई दिली जाते

(a) प्रेरक

(b) कॅपेसिटर

(c) समकालिकमोटर्स

(d) वरील सर्व

(e) वरीलपैकी काहीही नाही

79. कंडक्टर जेथे आहेत तेथे स्ट्रेन प्रकारच्या इन्सुलेटरचा वापर केला जातो

(a) मृत संपले

(b) इंटरमीडिएट अँकर टॉवर्सवर

(c) वरीलपैकीकोणतेही

(d) वरीलपैकी काहीही नाही

80. कोरोना नुकसानामुळे रेषेद्वारे काढलेला विद्युत् प्रवाह आहे

(a) नॉन-साइनसॉइडल

(b) सायनसॉइडल

(c) त्रिकोणी

(d) चौरस

81. पिन टाईप इन्सुलेटर साधारणपणे पलीकडे व्होल्टेजसाठी वापरले जात नाहीत

(a) 1 kV

(b) 11 kV

(c) 22 kV

(d) 33 kV

82. ॲल्युमिनियमचे विशिष्ट गुरुत्व असते

(a) १.५

(b) २.७

(c) ४.२

(d) ७.८

83. 200 किमी अंतरावर वीज प्रेषण करण्यासाठी, ट्रान्समिशन व्होल्टेज असावे

(a) 132 kV

(b) 66 kV

(c) 33 kV

(d) 11 kV

84. ॲल्युमिनियमसाठी, तांब्याच्या तुलनेत, खालील सर्व घटकांना उच्च मूल्ये वगळता

(a) विशिष्ट खंड

(b) विद्युतचालकता

(c) रेखीय विस्ताराचे सह-कार्यक्षमता

(d) समान क्रॉस-सेक्शनसाठी प्रति युनिट लांबी प्रतिरोध

85. वितरण फीडरमधील व्होल्टेजचे नियमन करण्यासाठी खालीलपैकी कोणते उपकरण सर्वात किफायतशीर असेल?

(a) स्थिर कंडेन्सर

(b) सिंक्रोनस कंडेनसर

(c) बदलणारे ट्रान्सफॉर्मर टॅप करा

(d) बूस्टरट्रान्सफॉर्मर

86. टॅप बदलणाऱ्या ट्रान्सफॉर्मरमध्ये, टॅपिंग चालू असतात

(a) प्राथमिक वळण

(b) दुय्यम वळण

(c) उच्चव्होल्टेजवळण

(d) वरीलपैकी कोणतेही

87. स्थिर व्होल्टेज ट्रान्समिशनमध्ये खालील गैरसोय होते

(a) समान पॉवर ट्रान्समिशनसाठी मोठे कंडक्टर क्षेत्र आवश्यक आहे

(b) प्रणालीचाशॉर्ट-सर्किटकरंटवाढलाआहे

(c) वरीलपैकी एक

(d) वरीलपैकी काहीही नाही

88. खालीलपैकी कोणत्या घटकांवर त्वचेचा परिणाम अवलंबून असतो?

(a) विद्युत् प्रवाहाची वारंवारता

(b) कंडक्टरचा आकार

(c) कंडक्टर सामग्रीची प्रतिरोधकता

(d) वरीलसर्व

89. द्वारे कोरोनाचा प्रभाव ओळखता येतो

(a) गंधाने ओझोनची उपस्थिती आढळली

(b) हिसका आवाज

(c) निळसर रंगाची फिकट चमकदार चमक

(d) वरीलसर्व

90. 500 किमी अंतरावर वीज प्रेषण करण्यासाठी, ट्रान्समिशन व्होल्टेज रेंजमध्ये असावे

(a) 150 ते 220 kV

(b) 100 ते 120 kV

(c) 60 ते 100 kV

(d) 20 ते 50 kV

91. खालीलपैकी कोणत्या ओळीच्या विश्लेषणात शंट कॅपेसिटन्सकडे दुर्लक्ष केले जाते?

(a) लहानट्रान्समिशनलाईन्स

(b) मध्यम ट्रान्समिशन लाईन्स

(c) लांब ट्रान्समिशन लाईन्स

(d) मध्यम तसेच लांब ट्रान्समिशन लाईन्स

92. जेव्हा दोन स्टेशन्समधील इंटरकनेक्टरमध्ये मोठ्या प्रमाणात अभिक्रिया असते

(a) विजेचे हस्तांतरण व्होल्टेज चढउतार आणि आवाजाने होईल

(b) सत्तेचे हस्तांतरण कमीत कमी नुकसानासह होईल

(c) स्थानकांमध्येमोठ्याकोनीयविस्थापनामुळेस्थानकेपायरीबाहेरपडतील

(d) वरीलपैकी काहीही नाही

93. जनरेटरच्या बाबतीत, व्युत्पन्न व्होल्टेजची वारंवारता वाढवता येते

(a) अणुभट्ट्या वापरणे

(b) भार वाढवणे

(c) राज्यपालसमायोजितकरणे

(d) टर्मिनल व्होल्टेज कमी करणे

(e) वरीलपैकी काहीही नाही

94. बस-बारशी जोडलेला अल्टरनेटर बंद केल्यावर बस-बार व्होल्टेज वाढेल

(a) पडणे

(b) उदय

(c) अपरिवर्तितराहतील

(d) वरीलपैकी काहीही नाही

95. दोन परस्पर जोडलेल्या स्थानकांमधील कोनीय विस्थापन प्रामुख्याने कारणीभूत आहे

(a) दोन्हीअल्टरनेटरचीआर्मेचरप्रतिक्रिया

(b) इंटरकनेक्टरची प्रतिक्रिया

(c) दोन्ही पर्यायांची समकालिक अभिक्रिया

(d) वरील सर्व

96. इलेक्ट्रो-मेकॅनिकल व्होल्टेज रेग्युलेटर सामान्यतः वापरले जातात

(a) अणुभट्ट्या

(b) जनरेटर

(c) ट्रान्सफॉर्मर

(d) वरील सर्व

97. लोड VAR ची आवश्यकता असताना ट्रान्समिशन लाईन्सवरील मालिका कॅपेसिटरचा फारसा उपयोग होत नाही.

(मोठा

(b) लहान

(c) चढ-उतार

(d) वरीलपैकी कोणतेही

98. चुंबकीय ॲम्प्लिफायर प्रकार व्होल्टेज रेग्युलेटरमधील व्होल्टेज रेग्युलेटर द्वारे प्रभावित होते

(a) इलेक्ट्रोमॅग्नेटिक प्रेरण

(b) प्रतिकार बदलणे

(c) प्रतिक्रियाबदलणे

(d) व्हेरिएबल ट्रान्सफॉर्मर

99. जेव्हा कंडक्टर कोरच्या तुलनेत पृष्ठभागावर जास्त विद्युत प्रवाह वाहून नेतो तेव्हा त्याचे कारण असते

(a) पारगम्यता भिन्नता

(b) कोरोना

(c) त्वचेचाप्रभाव

(d) असममित दोष

(e) वरीलपैकी काहीही नाही

100. खालील प्रणाली सामान्यतः वापरली जात नाही

(a) <u>1-फेज 3 वायर</u>
(b) 1-फेज 4 वायर
(c) 3-फेज 3 वायर
(d) 3-फेज 4 वायर

www.ingramcontent.com/pod-product-compliance
Ingram Content Group UK Ltd.
Pitfield, Milton Keynes, MK11 3LW, UK
UKHW021916190726
13853UKWH00002B/699